# When Hour Turns Gold

KrescentInk

**Ukiyoto Publishing**

All global publishing rights are held by

**Ukiyoto Publishing**

Published in 2024

Content Copyright © KrescentInk

ISBN 9789362698650

All rights reserved.

No part of this publication may be reproduced, transmitted, or stored in a retrieval system, in any form by any means, electronic, mechanical, photocopying, recording or otherwise, without the prior permission of the publisher.

The moral rights of the author have been asserted.

This is a work of fiction. Names, characters, businesses, places, events, locales, and incidents are either the products of the author's imagination or used in a fictitious manner. Any resemblance to actual persons, living or dead, or actual events is purely coincidental.

This book is sold subject to the condition that it shall not by way of trade or otherwise, be lent, resold, hired out or otherwise circulated, without the publisher's prior consent, in any form of binding or cover other than that in which it is published.

www.ukiyoto.com

# Dedication

First and foremost, I would like to extend my sincerest gratitude to Ukiyoto Publishing for giving my dream a chance to be realized. If not for them, it would've been hard for me to even imagine my work to be published.

This story was originally just a one-shot break up scene, then I decided to make it a full-length story. The young poet and writer of me would be so proud. I genuinely hope to have my other stories published as well so that a wider range of audience can read it.

I would also like to give thanks to my family who watched me grow and became my best support system.
To our Almighty Father who has made everything possible, all honor and glory are Yours.

Happy reading with Sol and Langga!

# Contents

| | |
|---|---|
| SIMULA | 1 |
| KABANATA 1: Herano | 4 |
| KABANATA 2: Kuya | 10 |
| KABANATA 3: Clubbing | 16 |
| KABANATA 4: Muse | 22 |
| KABANATA 5: Friend | 30 |
| KABANATA 6: Introduce | 37 |
| KABANATA 7: Kiss | 44 |
| KABANATA 8: Lola | 51 |
| KABANATA 9: Teach | 60 |
| KABANATA 10: Marco | 66 |
| KABANATA 11: Flashlight | 73 |
| KABANATA 12: Picture | 79 |
| KABANATA 13: Amin | 85 |
| KABANATA 14: Reply | 92 |
| KABANATA 15: Sole | 101 |
| KABANATA 16: Earphone | 108 |
| KABANATA 17: Yours | 117 |
| KABANATA 18: Ribbon | 126 |
| KABANATA 19: Mother | 134 |
| KABANATA 20: Past | 141 |
| KABANATA 21: End | 148 |
| KABANATA 22: Name | 156 |
| KABANATA 23: Back | 163 |

| | |
|---|---|
| KABANATA 24: Survive | 170 |
| KABANATA 25: Us | 178 |
| KABANATA 26: Fatal | 187 |
| KABANATA 27: Avoid | 196 |
| KABANATA 28: Alas | 205 |
| KABANATA 29: Sun | 213 |
| KABANATA 30: Larreon | 227 |
| WAKAS | 238 |
| | |
| *About the Author* | *243* |

# SIMULA

*I can always see the depths of oceans while staring at his eyes. It was cold yet calming. Iyong tipo ng mata na kahit gaano pa kalalim ay nanaisin mong malunod ng pauli-ulit. Hindi mo gugustuhing mag-iwas ng tingin kahit saglit. It was breathtakingly beautiful just like its owner.*

I leaned on my chair's back while staring at my monitor. The repetitive sound of someone calling my name was what brought me back to the present.

"Gising na, Ate!" nakakabinging kalabog ng pintuan ang sumunod dito.

I sighed as I saved the draft that I'm currently writing. Ipapasa ko na to sa editor ko sa next week and I can't seem to find an interesting way to end my work.

Writing has been my forte ever since I learned how to write a word. Yes, ganoon katagal. Maybe I was really meant for inks and pens back then, until I realized that I can also try other things than that.

"We are running out of time! The exhibit will soon end kung hindi ka pa lalabas diyan! Tara na!"

She really loves annoying me. I am more comfortable staying inside my room and writing than going out, while my sister was the opposite. Yani is an artist and paints mainly abstract art.

I love her, but not when she starts dragging me to some famous painter's exhibit just because she wants to have me around. She is a kid by heart, always wanting her ate as a companion which unfortunately, is me alone.

"Give me 15 minutes."

Wala na akong nagawa kung hindi ang mag-ayos. She won't stop until I submit to what she wants.

I fixed myself in front of my vanity mirror before walking to my door. Matapos makalabas ng kwarto ay ini-lock ko na ito gamit ang susing dala. Habang binabagtas ang daan pababa, nakita ko si Yani na nakatayo na para bang hindi makapaghintay.

She turned her gaze to me and smiled brightly. "I'll drive, Ate. Don't worry, hindi kita kukulitin after this."

*As if I'd let her bombard me again.*

I just shook my head at lumabas na ng bahay kasunod niya.

***

"Wow," puno ng pagkamanghang ani Yani nang makita ang naglalakihang frame sa loob ng hotel kung saan ginanap ang nasabing exhibit. There were tons of art and she was in complete awe.

Kahit ang mga hindi kabisado ang larangan ng sining ay mapapahinto sa ganda ng mga nandito. The whole place was in medieval-period-inspired design which makes it regale and more elegant.

Bigla nawala si Yani sa dagat ng tao kaya minabuti ko ring magmasid sa ibang nakahilerang disenyo.

A mix of socialites, politicians and business identities

were present. *A famous artist, I see.* When I reached the mid part of the room, there greeted me a painting in a massive frame.

Tinitigan ko itong mabuti at sinuri ang detalye.

It was painted really well. The brush strokes were evident that I can see how dedicated the artist was in painting this masterpiece. It can be used as a book cover if the painter would permit so.

Magkano kaya ito? Six digits? Or even 7? Is this open for bidding? Then it hit me.

*Wala akong dalang pera.*

There was a scattered orange around the sun readying to set while two persons were watching it.

Two men?

I'm not sure. The one on the right is definitely a man, but the other one was wearing a beanie so I am not certain. The view looks like they are in some sort of a coastal area.

Before I could search for its title, I felt an unfamiliar emotion tugging at my chest.

*This scene feels too familiar.*

# KABANATA 1: Herano

THE flashing lights from the camera almost blinded me but I remained composed.

"Your unica hija is very gorgeous, Madam. I love her to be under my wings if she'll consider the idea of modeling!" Nagagalak na wika ng babaeng may-ari ng studio kung nasaan kami ngayon.

We are currently taking our annual family photograph. Kanina pa tapos ang letrato na magkasama kami nila Mommy at Daddy. It is my turn now for the solo shots. Wearing my serious gaze, I stared at the camera.

My mom turned to the woman and smiled a little. "It is not my decision to make, Bianca. Kung gusto ni Kasie, we will support her pero kung hindi man, we should respect that too."

That made me feel at ease. My parents are always the most considerate. At my young age, they allowed me to decide things on my own—with their guidance of course. Being a miracle child, they never failed in making me feel cherished and wanted.

Everything went smooth that day and we wrapped up. Kumain muna kami sa labas bago umuwi sa bahay.

\*\*\*

We were gathered around the dinning when my dad stopped to announce something. "We will be staying in Cebu after your SHS graduation, Kas."

Napatigil ako sa pagsubo at binalingan sila. "Why, Dad? Is anything wrong? Hanggang kailan tayo doon?"

We are currently living in Manila, but both of my parents were from San Sebastian, Cebu.

Nagkatinginan muna sila bago ako sagutin ni Mommy. "We'll be staying there for good, Kasie. Hiling ng Lolo at Lola mo noon na balikan natin ang hacienda sa probinsya. You will continue your studies in SSSU, the nearest school from Hacienda Herano. Don't worry, that school is good. Doon kami gumraduate ng daddy mo."

What school again? SSSU?

"Pero, paano po ang application ko overseas?"

It took them minutes to answer me. "That's still 3 years from now, Kas."

Right. Junior year ang in-apply-an ko.

Matagal na din kaming naninirahan dito sa Maynila. They told me na araw lang mula noong ipinanganak ako ay dito na kami tumira. We never visited Cebu, at ngayon ay lilipat na kami doon. *Can I adjust instantly?* Hopefully.

\*\*\*

"Wala ka na bang nakalimutan, Kasie?"

It was Manang Noling who helped me packed my things. Mula pagkabata ay siya na ang nag-alaga sa akin. It would hurt leaving her here pero dito siya sa Manila nakatira at may katandaan na kaya minabuti niyang manatili kaysa sumama sa amin.

"Ito na po iyon lahat."

She started wiping the corner of her eyes while holding my arm with one hand. Dahil may katandaan na ay kulubot na ang balat niya at mahina nang maglakad.

"Naku mamimiss kita. Sana ay magawa mo akong dalawin kahit malayo ka na," mangiyak-iyak niyang tugon. Natawa ako ng mahina at pinisil ang kamay niyang nakahawak sa hawakan ng maleta.

"Oo naman, Manang. Makakaasa kayo."

Bago pa tuluyang maiyak ay niyakap niya ako.

Kumalas lamang siya nang tawagin na ako ni Mommy. Pagkababa ng hagdan ay sinalubong ako ng driver para kunin ang dala kong maleta. Hindi nagtagal ay bumaba na rin si Daddy at sabay-sabay na kaming lumabas ng bahay.

When we were outside, I gazed back at our house. After that, I followed them to the car, wondering when can I visit this abode again.

***

Habang nasa airport at nakatambay muna sa nakahilerang upuan ay panay ang tapik ni Mommy sa aking ulo. Her eyes looked weary at hindi ko ito napigilang punain.

"Is…everything fine, Mom?"

She nodded and looked at the seat in front of us. "Don't mind me."

Binalik niya ang tingin sa akin. "Pasensya ka na at biglaan, anak. Kailangan na kasi nating balikan ang hacienda. *Sapat na siguro ang nagdaang taon para maghilom ang mga sugat na hindi natin sinadyang idulot.*"

Kumunot ang noo ko. "What do you mean, Mom? May problema ba?"

She just smiled and shook her head. "Nothing. I just missed that place kaya siguro kung ano-ano na lang ang pinagsasabi ko."

Kahit nagtataka ay pinili ko nalang huwag umimik. Dumating na rin si Daddy mula sa restroom at it was the same time that our flight was called.

Pulling our luggage, we walked towards the attendant to have our tickets checked. Glancing at it, I can tell na wala na talagang balak bumalik nina Mommy dito kaagad dahil one-way ang ticket ang hawak namin ngayon.

*** 

Nang lumapag ang eroplano at makalabas na kami ng airport ay may naghihintay nang isang sasakyan. Sa tabi nito ay isang may katandaang lalaki na agad binati sina mommy. Sumakay na kami at nagsimulang umandar ang sasakyan.

They keep talking about the events they missed in each other's lives while being away. Ito siguro si Mang Henry. Ang driver nila daddy mula pa noon. Tinignan niya ako mura sa rearview mirror at ngumiti. "Ito na ba ang heredera? Kaygandang bata."

Hindi ko mapigilang ngumiti. It feels genuine and heartwarming, hearing compliments from elders.

"Salamat po."

Nakatulog ako sa biyahe, siguro dahil narin sa layo ng hacienda mula sa siyudad. Nagising ako sa liwanag mula sa nakabukas na pintuan sa kabilang gilid ng sasakyan. *Lumabas na pala sila.* Nag-unat muna ako bago sumunod. Nilingon ako ni Mommy. "Gising ka na pala. Halika ka Kas. Ito ang Hacienda Herano."

Mula kay mommy ay bumaling ako sa harapan. Nasa gitna kami ng malawak na lupain. This looks like a hectare wide! Makikitang alaga parin ang mga tanim dito. May sementadong daan sa gitna. Mukhang hindi pa kami nakakarating sa mismong mansiyon dahil halos sampung metro lang ang layo namin mula sa mataas na gate na yari sa tanso.

Napagpasyahan naming maglakad nalang at iwan muna ang sasakyan. Nang marating naming ang harapan ay tumambad sa akin ang lumang mansyon. *It looks like a damn castle! Gaano ba kayaman sina Daddy?*

Then I remembered that Heranos are old money rich family. Mula sa pinakaninuno ay mayaman kaya napagpasapasa na lang.

Hindi nakakatulong na last generation si Daddy before me. Meaning sakanya napunta ang lahat ng mga ari-arian nina lolo.

Isa din daw ito sa mga rason kung bakit bumukod at lumayo kami, gusto ni dad na sariling sikap niya kami mabuhay ni Mommy. And he did a great job.

***

A week later, I found myself sitting in a classroom while waiting for my turn to introduce myself. After the last girl on my right, the teacher interferes.

"Class, we have someone from Manila. Be good to her, okay?" Then she turned to me. "Halika, Miss. Introduce yourself."

I smiled and made my way towards the center part on the front. I sighed a little before starting.

"Good morning! I'm Kastrein Solarix Herano. You can call me Kas, Kasie and the likes, pleased to meet all of you."

When the last subject before lunch concluded, my classmates flocked around me—as if I'm something intriguing. I shrugged my shoulders with that thought.

*Oh well, maybe staying here isn't as bad as I presume after all.*

## KABANATA 2: Kuya

Mahinang buntong hininga ang pinakawalan ko nang mapansing tila kinakabahang lumapit sa akin ang aming driver na si Mang Henry.

We're on our way to my school when suddenly the car stopped. Halos kilometro pa ang layo ng pinapasukan kong eskwelahan mula sa bahay kaya kailangan pang ihatid at sunduin ako ng driver.

"Ano pong nangyari Manong? Hindi po ba naayos?"

Napakamot naman ng kanyang may kaputiang buhok ang matanda at nahihiyang tumango. "Pasensya na Ma'am, dapat pala ay ibang sasakyan nalang talaga ang ginamit natin."

I smiled, assuring him that it's alright. "Okay lang, Manong. Maghahanap nalang ko ako ng masasakyan. Marunong naman po akong mag-commute."

Gusto pa sana niyang tumutol ngunit sinimulan ko nang kunin ang aking bag at sinabit ito sa aking balikat. "Mauuna na po ako, Manong. Tawagan mo nalang ang mekaniko sa kabilang baryo para matulungan kayo."

Tumango naman siya kaya't nagsimula na akong maglakad paalis. Dalawang kanto nalang ang kailangan kong bagtasin upang makarating sa SSSU. It's been weeks since I started studying there.

Sa pinakagilid ko lang naisipang dumaan at hindi na

nag-abalang sumakay nung may humintong pampasaherong jeep.

I like the feeling of fresh air that only provinces can give. Hindi naman siguro ako papagalitan kung mahuli man ng ilang minuto.

Umihip ang hangin at napapikit ako. Hindi ko matandaang ganito kasariwa ang hangin sa Manila. I always have a heart for nature, kaya nga naisipan kong magpagawa ng man-made forest sa dakong silangan ng Hacienda Herano ilang araw lang mula noong nakabalik kami.

Kumunot ang aking noo at napadilat ang mga mata nang may mahinang businang tumunog sa bandang likuran.

Nagulat man ay hindi ko iyon pinahalata at lumingon. Hindi ko mapigilang mapatitig sa lalaking nakasakay sa kanyang bisekleta.

Everything about him is noticeable. From his clean-cut hair, to his deep coal orbs and thick brows down to his pointed aristocrat nose like that of Spanish blood line. Kahit nakasakay ay mapapansin parin ang angkin niyang tangkad.

Napatigil ako sa paglalarawan sa aking isip nang makitang nag-isang linya ang kanyang labi. "Why are you walking your way to school?" Pagkaraa'y tanong niya.

I was about to raise my brows. *How did this guy know I'm on my way to school?*

My question was answered when I got a glimpse of his uniform. Okay…maybe were schoolmates? And, his ID sling's color is different from mine, ibig sabihin ay taga ibang department siya.

I am wearing a seaweed green-colored sling, for medical sciences in first years were assigned to wear that. Kung hindi ako nagkakamali ay sa engineering ang red, pero hindi ko kabisado ang shades para sa iba't-ibang year levels under nito.

"Uh, tumirik kasi ang sasakyan kaya…"

Hindi ko matuloy dahil nakita kong kumunot ang kanyang noo. "Bakit hindi ka sumakay sa dumaang jeep, Miss?" Hindi ko alam bakit may pakealam siya sa akin. "Marunong ka naman siguro?"

"Gusto ko lang maglakad. Wala naman sigurong masama, Kuya," sa wakas ay nagawa kong sabihin. Ngunit tila gusto ko iyong bawiin at manahimik nalang nang makita nagsalubong ang kanyang kilay.

"Wala akong kapatid. Huwag mo akong tawaging *kuya*," inis na sabi niya.

Natahimik ako. Inip niyang sinulyapan ang itim na relo at bumalik sa akin. He's still straddling his bike. "What are you still doing there?"

Napakurap naman ako dahil doon. "Po?"

He motioned the back part of his bike. "Angkas."

Nang hindi pa ako kumilos ay bagot niya akong tinignan at tinaasan ng kilay.

I noticed some students who were in the same uniform as ours. Nakakakuha na rin kami ng atensiyon kaya leaving me with no choice, I walked to the back part of his bike.

Naguguluhan pa ako kung paanong hindi mahuhulog nang kunin ng lalaki ang magkabila kong kamay at hinawak iyon sa polo niya.

"Hold on tight. Baka mahulog ka, wala akong pambayad," aniya at sinundan niya iyon ng mahinang tawa.

Takot man ay wala akong magagawa kundi ang kumapit ng mahigpit dahil hindi ako sanay. Malapit na rin ang oras para sa first subject kaya bumuntong-hininga nalang ako.

*Bahala na nga.*

\*\*\*

When we reached the front gate, the guy stopped driving. Bumaba na ako at nagpagpag ng palda.

Maglalakad na sana ako paalis nang may makalimutang sabihin. Hinarap ko siya pabalik. "Thank you."

"Walang anuman," he said while nodding his head.

We parted ways dahil kabilang building ang SHS department, doon lang kasi pwedeng magpark. Nagsimula na akong maglakad at tsaka ko napuna ang tingin ng ibang estudyante, like they saw something amusing. I reached the classroom and took my seat when a familiar girl approached me.

"Hi, Kasie!"

"Uh hello?"

Mukha naman siyang hindi na-offend na hindi ko matandaan ang pangalan niya. Her smile remained.

"Yrin."

Nakangiti niyang nilahad ang isang kamay, kaya tinanggap ko iyon. "Oh, hello Yrin. You need anything?"

"Wala naman. Gusto ko lang maki-chismis."

Punong-puno ng liwanag ang awra niya, na kahit kailan ay hindi ko yata kayang ma-produce. Something in her is too bright to ignore.

*Chismis?* "Anong chismis? I'm sorry, I'm on social media hiatus kaya wala akong—

She cut me off by giving me a *duh* look. Seriously, this girl is weird.

"Ano ka ba, hindi iyon. I mean, how did you end up riding with Alas this morning?"

"What are you talking about? Sino si Alas?"

"Are you telling me umangkas ka sa hindi mo kakilala? Come on, Kasie. I know you don't kid around. Chika kana dali."

I just sighed and suddenly remembered the guy this morning. Marahil iyon ang tinutukoy ni Yrin.

*Right, I didn't get the chance to ask his name.* I mean, do I have to? He offered me a ride, I accepted and expressed my gratitude by thanking him.

"I ain't bluffing when I told you hindi ko kilala ang Alas na sinasabi mo, Yrin. Yes, he offered me a ride. I think hindi naman big deal iyon. Unless if he has a girlfriend or someone special?"

Mabilis na umiling si Yrin. "No. Alas doesn't associate himself with any of those. Kaya when he lets someone ride his bike to school, it is a big deal."

## KABANATA 3: Clubbing

After the short chit chat with Yrin ay dumating na ang unang subject teacher. Running through with the attendance, she told us about the welcoming ceremony mamaya pagkatapos ng recess. Aside from the freshmen, it would also be for the transferees this school year.

Hindi na siya nagtagal at umalis na dahil may emergency meeting pa daw sila. Nagsihiyawan ang iba kong classmates dahil sa early dismissal.

\*\*\*

"To our dear students, old faces and new, welcome to San Sebastian State University! We are honored to have you here with us and we are looking forward to a successful school year with you all. I will cut this speech short and will hand the mic to our SSC president who was elected during the SSC Annual Election last school year."

Naghiyawan ang mga estudyante at karamihan doon ay mga babae. Some were whispering how cool the president was during the miting de avance and such. My gaze went back to the stage when a familiar build of a man strode towards the center after the school head introduced him.

"A round of applause to Mr. Larreon Anastacio Fabian!"

And just like a magnet in contrasting poles, our eyes meet even when I'm in the midst of the crowd. He looked stunned for a minute, blinked afterwards and proceeded to give his welcoming address.

Baka kaya niya ako pinaangkas dahil may amor siya sa mga estudyanteng sakop. *Yeah, baka ganoon nga.*

\*\*\*

Pagkatapos ng pagpapakilala sa mga staff ng faculty at non-teaching personnel ay may presentation pa ng ilang club presidents. Malapit na magtanghali kaya pinakain nalang kami ng lunch at inabisuhang wag nalang pumasok sa klase sa hapon dahil itutuloy nalang daw ang orientation at clubbing pagkatapos ng break.

I felt comfortable around Yrin kaya siya nalang din ang nakasama ko the whole duration ng program sa umaga hanggang mag-lunch sa canteen. Maraming baon na kwento si Yrin kaya hindi na boring kahit kaming dalawa lang.

"Ngayon ay alam mo na kung bakit sinabi kong big deal iyon, okay?"

"Yeah."

That Alas would definitely ring a bell anytime na may gawin siya because he is the SSC president. The role model ika nga.

Napansin kong napatitig ang ibang lalaking estudyante sa gawi naming ni Yrin. I can't blame them though. With Yrin's gorgeous face and a physique to die for, she can pull any man she wants. Dagdag pa na mas matangkad siya kaysa sa normal na tangkad ng isang freshman.

"They are staring at you."

That was Yrin. Talaga ba? Sa kanya kaya nakatingin ang mga iyan.

"Not really Yrin. It is you they're gawking at."

"Nah, were too young for such drama. Mga bata palang yata ang mga iyan. May gatas pa sa labi."

I shrugged my shoulders because she's right. Love life should at least pay attention to habang bata pa. We just have to grab this chance to enjoy life. It's more satisfying that you grow without relying your happiness on someone else.

"Anyway, may club ka na bang gustong salihan?"

"Kailangan ba talaga mayroon? I think I'm still undecided."

"Well, you need to choose at least one. It would affect your grade dahil may space for club presidents sa clearance. Sinong pipirma doon kung wala kang sasalihan, right?"

*Oo nga pala.*

"Ikaw, may club ka na?"

Agad naman siyang tumango. Nilunok niya muna ang nasa bibig at uminom ng iced tea bago nagsalita. "Since dito ako nag-aral ng senior high ay kasali na ako sa sports club. I am a volleyball player, kung hindi mo naitatanong."

"Yeah. I can see that." Base sa pangangatawan niya ay masasabi kong sporty nga siya.

"So? May naisip kana? Or kung wala pa talaga, you can join our club. May alam ka bang sports?"

"Actually, I played archery and karate way back in Manila."

Mukha naman siyang nagulat. Nanlaki pa nga ang mga mata. "Really? Oh my gosh, wala ng second thoughts, you should join our club. Okay?"

She looks ecstatic and won't take no for an answer kaya bumuntong-hininga nalang ako at tumango.

***

After the welcoming activity, months seemed to be passing in a fast pace. I enjoyed studying in SSSU, dahil narin naging malapit na sa akin si Yrin.

I am fonder of her than my friends in Manila. Maybe because nagkakasundo kami sa halos lahat ng bagay. Kagay na lang ng pagiging mahilig namin sa sports.

May mga nagsisilabasang issue pa rin tungkol sa nagdaang encounter namin ng SSC president and other than that ay wala ng ibang nakakakuha ng atensyon ko. It's not like may pake ako, I just don't want my name attached on someone I don't even acquaint with.

"3 minutes left. For those who finished answering, you can place your paper above my table and go."

We are having an exam at kanina pa ako tapos mag-answer. Naghihintay nalang akong matapos si Yrin bago tumayo. Nang makitang nag-aayos na siya ng bag ay nauna na akong lumakad sa harap at lumabas. Hindi naman nagtagal ay sumunod siya sa akin.

"Grabe talaga si Ma'am, mayaman sa exam. Halos araw-araw nalang. Hindi ko alam kung may nasagutan ba akong tama doon."

"Mas okay na sa akin ang ganoon, kaysa naman sa long quiz."

"Ibang klaseng utak kasi ang mayroon ka, Kasie. Ayoko na talaga, ewan!"

Natawa nalang ako sa kanya at nagpatuloy maglakad papunta sa canteen. I can't blame her though, masakit naman talaga sa ulo ang chemistry.

Naghanap muna kami ng lamesa at nilagay ang mga bag. Naupo ako dahil siya na ang nagpresintang bumili ng pagkain namin. Alam na niya kung anong gusto kong ulam kaya binigay ko na sakanya ang perang pambayad.

***

After eating our lunch, a girl in a ponytail approached Yrin. The girl looks familiar. Ah, right. Isa ito sa mga officer ng sports club.

"Hello Kasie! Pwede ko hiramin saglit sa Yrin?"

"Go on. I don't mind. Tapos naman na kaming kumain kaya ayos lang."

Pinunasan ni Yrin ng wet wipes ang bibig bago bumaling sa bagong dating.

"Ano iyon?"

"Kasi diba malapit na ang sports fest na prinopose natin sa SSC, kaya lang nawala yung pinirmahan na nilang proposal para sa budget kaya kailangan nating magpapirma ulit para ma-release ng finance committee ang fund."

"Anong kinalaman ko diyan?"

"Kung pwede sana ay pakiusapan mo si Kasie? Bali-balita kasing may namamagitan sa kanila ni Kuya Alas kaya baka hindi na tayo pagalitan kung siya ang magpapapirma." Bulong iyon na umabot pa rin sa pandinig ko.

Hinampas siya ng mahina ni Yrin. "Anong issue ba iyan, ha? Dinamay niyo pa si Kasie sa kapabayaan niyo. Magpapapirma lang naman ah. Unless may iba pa?"

Napanguso ang babae at hilaw na tumawa. Pinanlakihan siya ng mata ni Yrin.

"Kasi…kukunin din sana nating head judge si Pres sa pageant." Dire-diretso niyang sabi na nagpatigil sa amin.

## KABANATA 4: Muse

Sports Fest is SSSU's form of intramurals, that's what I heard from Yrin after the talk with the girl sa canteen.

Nagdidiscuss ang Filipino teacher namin nang may kumatok sa pinto. Bumukas ito at dumungaw doon ang isang babaeng estudyante na kung hindi ako nagkakamali ay tourism student base sa kulay ng ID sling nito.

"Excuse me po, Miss Gian, may gusto lang po sanang pa-fill up-an ang president ng Sports Club."

"Come in hija. Let me see."

The girl handed the paper at bumaling sa amin si Miss Gian matapos may mabasa."

"Class, may napili na ba kayong muse para sa sports fest?"

Nagsimulang magturuan ang mga kaklase namin hanggang napadpad ang tingin nila kay Yrin na nasa tabi ko. Tumawa naman ito ng pilit. "O-oh, don't look at me like that. Kasali ako sa volleyball team, remember?"

"Edi si Kasie! Wala namang problema siguro, diba Kas?" Sumingit ang isa, si June. Everyone eyed me hopefully kaya napatanga ako. *What?*

Si Miss Gian ang unang nakabawi kaya nagsulat na siya sa papel na binigay ng babae kanina.

"Okay, since majority ay nakikitang may potential si Miss Herano, she will be the one to represent the class! Don't worry Miss Herano, there are also representatives from the other sections kaya pipili pa sa inyo kung sino ang lalaban for the whole department," walang prening sabi ni Miss Gian.

Dahil sa gulat ay hindi ako nakaimik kaagad at natauhan lang nang sumara ang pinto dahil sa paglabas ng babae.

*Wait…what just happened?*

\*\*\*

Pagkatapos ng last subject namin sa hapon ay napagpasyahan na ni Yrin na isama ako sa office ng SSC para sa pagpapapirma. Hindi naman ito gaanong malayo sa classroom namin kaya ayos lang.

"Salamat talaga Kasie ha, di bale, ililibre kita mamaya sa labas. Maabutan pa naman natin iyong nagtitinda ng kwek-kwek pagkatapos nating magpapirma."

"Ikaw ang bahala."

We stopped talking when we arrived in front of a wooden door with a sign that said *Supreme Student Council Office*. Binigay ni Yrin sa akin ang mga papel.

"Ako ang kakatok at pipihit ng door knob tapos ikaw na ang bahalang magsabi ng pakay natin, okay?" *Lugi pa ako*. Dahil wala naman akong pagpipilian ay tumango nalang ako.

She knocked three times before a voice permitted us to get inside. A girl at the secretary's table smiled at us. I roamed my eyes, only to see that she is alone here.

"Hi! What can I do for you?"

"Hello, may papapirmahan lang sana kami ulit sa president. We misplaced the first signed document similar to this and we're sorry about that," I eyed her apologetically.

"Ay iyong bang sa sports fest? Okay lang. You can just leave it to me and kunin nyo nalang bukas. Umuwi na kasi si Pres."

"And, may iba pa sana."

"Sure, I'm all ears."

"We would also like to invite the president to be the head judge for the pageant."

The girl's smile fell at napalitan ito ng ngiwi. "Err, tungkol diyan Miss, hindi kasi tipo ni Pres ang mga ganyan kaya baka malabong paunlakan niya."

"It's okay, at least we tried. Papadalhan pa rin naming siya ng invitation together with the programme and memo."

We bid our goodbyes and left the office.

"Sana pumayag si Alas no? Para maging fair ang resulta."

Nagkibit-balikat nalang ako.

"Let's go habang wala pa si Manong. You promised to treat me."

"Ah right. Tara."

Kumain kami ng kumain hanggang sa dumating ang

sundo ni Yrin.

"Pasensya na, Kas. Nandito na si Daddy. Una na ko ha?"

"Okay lang, ingat kayo."

She waved and run towards the black car waiting for her. Bumusina pa ito bago umalis kaya kumaway ako. Hindi naman nagtagal ay dumating narin si Manong.

***

When I got home, someone texted me.

**09\*\*\*\*\*\*\*\*\***

**Hey Kasie! Have you checked the announcement sa GC?**

Ah, must be Yrin.

**Kasie Herano**

**I'll check.**

Nang buksan ko na ang group chat ng block namin ay nakita ko ang recent announcement ni Miss Gian. It was about the muse thingy. It looks like wala na akong choice dahil ako daw ang napili ng ibang ibang section at levels kaya hindi na sila naghanap ng iba.

"How's school so far, Kasie? Did you adjust?"

We were eating dinner when Mom asked me that.

"Yeah. It was good. May kaibigan na rin ako kaya hindi na gaanong malungkot."

"That's nice, anak. Ano pa? Can you share anything else? We'll be listening." Nakangiting udyok ni Dad.

I smiled and decided to tell them na ako ang muse sa sports fest. Mom was so happy that she started contacting her stylist and book an appointment. Napailing nalang si Dad habang mahinang tumatawa.

I mentally face palmed and kahit gaano ko pa kagustong patigilin siya, I just let her be.

\*\*\*

The Sports fest came at abala ang lahat sa school. Walang tournament for karate and archery kaya sa pageant lang talaga ako maiistress.

The first day was the opening and parade around the campus grounds. May presentation of muse na rin kaya todo handa si Mom at ang stylist niya sa make-up ko. Walang problem sa isusuot dahil muse uniform lang naman na kasali na sa pinatahing uniform ng basketball team.

By department ang team kaya hindi nakukulangan sa players per sport. After the short introduction of the set of players per team and sport ay free nang magpractice ang lahat. Some went to the gym and the other choose to stay sa grounds.

Tuesday when the volleyball match took place. First game ang Teacher Education laban sa Engineering, pagkatapos ay kami na laban sa Arts and Sciences na department. As expected ay si Yrin ang nangunguna sa line up.

Damn, Yrin played well! Halos hindi na nakaka-block ang kabila kapag siya ang nagsa-spike! Kawawa ang magiging boyfriend kung sakali. *Baka puro pasa kung mag-aaway sila!* Natawa ako ng mahina sa naiisip.

"Did you find the game funny, Miss?"

*Damn.* Halos mapatalon ako sa gulat nang may biglang nagsalita sa gilid ko. "Pwede bang huwag kang manggulat—

A sudden wave of déjà vu washed through my veins when I turned to the intruder.

"Hi! It's you again." He cheekily smiled and offered his hand. "Hindi ko nakuha ang pangalan mo last time. I'm Alas by the way."

Mukha naman siyang harmless kaya tinanggap ko ang nakalahad niyang kamay. "Kasie. Kasie Herano."

*"I know."*

He murmured something na hindi ko narinig. "What was that?"

"Wala. By the way, tapos ko nang pirmahan ang proposal na dinala niyo sa office kahapon. As for the invitation na hindi pa nakarating sa akin, I'll try to check it too."

"I can hear a 'but'."

Nahihiyang napakamot siya ng ulo habang nakangiwi. "Uh, baka hindi ko i-consider ang idea. But I can send someone from the SSC to be a replacement. I really don't think judging pageantry is for me. I hope you can understand."

"Of course. It's no big deal. We just tried our luck.

Isisend pa rin namin ang invitation nonetheless."

"Great! Thank you for that Kasie. So, I'll see you around?"

Tumango naman ako at sinuklian ang kanyang ngiti. "Yeah, see you."

***

Nakita pala ni Yrin ang paglapit ni Alas sa akin kanina kaya pinaulanan niya kaagad ako ng tanong pagkatapos ng game nila. As much as I told her na wala lang iyon ay hindi siya naniwala.

"I feel sick Yrin, baka pwedeng ikaw nalang ang sumali sa muse category—

"Ha ha. Ano ka ba, sabi ko nga hindi na magtatanong. Hindi ka na mabiro Kasie. Siyempre ikaw ang lalaban para siguradong panalo na tayo sa muse." I smirked at that.

***

Friday came and hindi magkandaugaga ang lahat sa pag-aayos ng gagamitin sa pageant. Rarampa lang naman ng saglit tapos ay judging na. Walang Q and A dahil narin sa nature ng event na pawang sports ang highlight.

We are all wearing sports attire at hindi na kailangang magbihis. We just have to do a sport demonstration after the introduction number, and done! I am wearing my karate kimono with the green belt I earned last summer.

I really thought the SSC will just send some random representative. Pero nang hudyat na para lumabas ako mula sa backstage ay iba ang nadatnan ko.

Sitting on the center of the table for judges...was Alas Fabian in flesh.

## KABANATA 5: Friend

Hinirang na second runner up ang College of Management and Entrepreneurship at itinira ako sa gitna kasama ang representative ng Engineering. She's pretty too kaya alam kong hindi pa sigurado kung sino sa aming dalawa ang mananalo.

As I gazed at the crowd ay nakita ko si Yrin at ang mga kaklase kong panay cheer. Katabi nila ang Adviser naming at mga taga-kabilang section—dahil nga iisang team lang kami.

"This year's Lady of Sports Fest is…"

*May pa bitin pa.* Pinigilan kong humikab dahil sa tagal ng announcement.

"Candidate no. 3!" *Sino daw?*

"Kastrein Solarix Herano from the College of Medicine!"

Malakas na hiyawan ang narinig at kahit tili ni Yrin ay nasapawan na. The 1$^{st}$ runner up hugged and mouthed her congratulations to me. Inanyayahan ng emcee ang head judge para siya ang magbigay ng sash at bouquet sa akin.

He was in his usual cheeky smile, showing his pair of dimples.

"Congratulations…Solar."

"Salamat. And please, refrain from calling me that

name."

I was faking a smile while saying that. May mas okay naman akong pangalan, iyon pa talaga ang

napagdiskitahan niya.

"Why? Ang cute kaya. Solar sounds like a bright energy, far from the owner's personality."

"Exactly my point."

"Nah ah. Solar would be your name from now on, and you can't do anything about it."

I just rolled my eyes at him. Matapos ibigay sa akin ang bouquet at cash prize na nasa isang putting sobre ay gumilid na siya para makapag-picture sina Yrin kasama ako. Muntik ko pang mabatukan ang babae dahil tinawag niya pabalik si Alas sa aking tabi para kunan din kami ng litrato.

Nagpasalamat ulit kami sa isa't-isa at pumasok na ulit ako sa backstage para makapagbihis. Pagkatapos kong magbihis ay nakatanggap ako ng mensahe mula kay Yrin.

**Yrin Delgado:**

**Kas, una na ako ha, maagang nandito si Dad dahil may family dinner kami ngayon.**

**Kastrein Herano:**

**No worries. Take care and enjoy your dinner!**

Sinilid ko sa bulsa ng shoulder bag ang cellphone at sinukbit ito sa aking balikat bago lumabas. Habang naglalakad patungo sa gate ay naramdaman kong may sumabay sa akin ng lakad. I sighed upon recognizing that scent.

"Bakit mag-isa ka lang? Nasaan iyong kaibigan mo, Solar?"

Ang kulit ng taong 'to, sabing huwag akong tawaging ganoon. Dahil alam ko namang hindi siya magpapaawat ay hindi ko nalang pinuna.

"Nauna na si Yrin. Now if you'll excuse me ay uuwi na rin ako."

We were walking side by side. Kahit mahahaba ang biyas ay pinahina niya ang lakad upang sabayan ako.

Minutes later, he started talking again. "Nandiyan na ba ang sundo mo?"

"Why do you care?" I said while rolling my eyes.

Pagod ako mula sa pageant kaya gusto ko nang makauwi kaagad. I can already imagine how soft my bed would be against my back—

"Ang sungit ha, gusto lang sana kitang ilibre ng turo-turo sa labas. Pang-congratulatory lang dahil nanalo ka. Well, only if you'd let me. Sa labas ng gate lang naman kaya kung dumating man ang sundo mo ay makikita mo parin."

I rolled my eyes again. *Ang daming sinasabi ng lalakeng 'to.* "Fine."

When we reached the gate ay wala pa roon ang sasakyan kaya nagsimula na kaming kumain. Natawa pa ako ng bahagya dahil napaso ang dila ng makulit na lalake.

Who would have thought that the SSC president can be this playful? Malayong-malayo sa katangian ng student council president na strikto at masyadong uptight.

Sa pag-iisip ay hindi ko namalayang nakatitig na pala ako sa kanya. He waved his hands to get me back to the present.

"Earth to Solar! Okay ka lang?"

"Yeah. I was just wondering, bakit hindi ka yata strikto bilang isang SSC president?"

"Hmm? Hindi naman siguro kailangang ipakita mong nakakatakot ka para sundin diba? I am strict in implementing regulations pero hindi sa

pakikipagsalamuha. Parehas lang naman tayong mga estudyante. Atsaka naniniwala akong mas magiging makabuluhan ang pagiging lider ko if the students can feel that they can approach me anytime they need to. I swore to be their voice so I must be amicable as possible."

Right. His wisdom is what makes him more ideal next to his gentle personality. Nasanay lang siguro akong madalas na nakakasalamuha ng striktong lider.

Hindi nagtagal ay dumating si Manong. Nagpaalam na ako kay Alas at sumakay na sa sasakyan. Kinuwento ko kay Manong ang resulta at tuwang-tuwa siya. Umandar na ang sasakyan at nakita ko sa bintana ang paglagpas ni Alas sa amin sakay ng kanyang bisikleta.

*"Dito rin pala nag-aaral ang batang iyon."* Bumubulong si Manong ng hindi ko masyadong narinig pero hindi na ako nag-usisa pa.

***

That short bond with Alas served as the start of an unexpected friendship to transpire. Ganoon pa rin naman, papasok ako at makakasama si Yrin sa buong araw at sabay kaming tatlo na kakain ng street food tuwing uwian habang hinihintay ang kaya-kanya naming sundo. Well, except for Alas, of course.

I enjoyed their company that I grow affectionate of them. Iyong kapag papalapit ang major exams ay sabay-sabay kaming magrereview and such.

"Time flies real fast huh, Kasie? Parang pumikit lang ako saglit tapos ngayon, second sem na!"

Yrin was right. Ang bilis nga ng panahon. From my adjustment phase, I am now comfortable around SSSU, around San Sebastian.

"Oh, nandito na pala si Alas!"

And as expected ay ngayon din siya nag-enroll. Nakaupo lang kami ni Yrin sa isang bench malapit sa canteen dahil tapos na kaming mag-enroll. Napagkasunduan ng dalawa na kumain kaming tatlo sa labas pagkatapos namin dito.

"Hi! Tara na?" Yaya niya.

We're on our way to the gate when a running man bumped into Yrin. Natapon ang brown envelope na sinidlan niya ng mga photocopies ng required documents for enrollment.

"Gosh! *Kadangghag sa tao*!" She screamed something in native. Sa ilang buwan ko palang dito ay hindi ko pa gaanong naiintindihan ang lenggwaheng Cebuano na minsan lang din ginagamit ni Yrin. And that is when something pisses her off, big time.

"Oh, my bad. I'm in a hurry and you are blocking my way so technically, it is your fault Miss. But because I am a man and you think kasalanan ko na nabangga kita, then my apologies." He doesn't look nor sound sorry though.

Mukha namang naputol ang pagtitimpini Yrin at tinulak ang lalaki. "Aba't!"

Bago pa magkagulo ay hinila ko na siya paalis doon. When I gazed back ay nakita ko si Alas na humihingi ng dispensa in behalf of Yrin.

"Why would Alas ask for apology? Hindi naman ako ang may kasalanan! That bastard should be the one to blame!"

"Just shut it Yrin. It doesn't matter who's at fault. Kaka-enroll pa lang natin ay may kaaway ka na. I want us to spend our college years here in peace. Kaya, please do me a favor."

Sumimangot siya pero hindi na umapela. Masyadong mataas ang pride ng isang ito kaya minsan ay pinagsasabihan ko na.

"Actually, bagay kayo. He looked dashing Yrin. Taller, maputi, mukhang student athlete. Exactly your type."

Umawang ang labi niya at ngumiwi kapagkuwan.

"Ikaw naman ang tumahimik ngayon, Kasie. Yuck, kilabutan ka nga!"

That earned a chuckle from me. Hindi naman kami naghintay ng matagal dahil sumunod na kaagad si Alas.

"Sa dinami-dami ng pwede mong awayin ay pamangkin pa talaga ng Dean sa department namin, Yrin."

Mas lumakas ang tawa ko na sinabayan naman ni Alas. Napatanga ang babaeng war freak.

"Am I…doomed?"

"Yes, you definitely are."

# KABANATA 6: Introduce

Hindi pa alam nila Mommy na nakahanap na ako ng mga kaibigan sa SSSU. I know for sure that they'll be glad if I tell them so.

I'm planning to introduce them on Mommy's birthday party. Sa makalawa na rin iyon at pawang mga tauhan sa hacienda lang ang dadalo. Gusto lang kasi ni Mommy nag awing exclusive ang party. That way ay masasabi niyang intimate ito.

"Mom, Dad, I'll get going. It's already 6:45 na rin po kasi at baka malate pa ako sa first subject naming ngayon."

Bumeso pa ako habang nagmamadaling nagpapaalam. "Oh, by the way, I'm inviting my newfound friends to your party, Mom. Is that okay with you, two?"

They were both dumbfounded for a while. Si Daddy ang unang nakabawi at sumagot. "Of course, anak. It would be nice meeting them."

Saka lang sumang-ayon si Mommy. "Right. We have to know kung sino ang nakaya kang gawing kaibigan."

"Yeah, yeah. Aalis na ako. Bye, parents!"

"Mag-ingat kayo sa daan, Kasie."

***

"You are not serious, are you?"

Tila wala sa sariling nakatitig si Yrin sa invitation na

binigay ko sakanya. This is all mom's doing. Wala naman talaga dapat invitation dahil hindi naman magarbong party ang magaganap. Kaya nga lang, tumawag sa akin si Manong kaninang breaktime namin at sinabing may pinabibigay daw si Mommy sa mga kaibigan ko.

"Kung ayaw mo ay huwag nalang kaya—

"Ano ka ba? Hindi na mabiro ha ha."

Tumawa pa siya ng pilit habang pinasok sa bag na dala ang invitation.

"Bakit parang ganyan ka ata kagulat?"

"Hindi mo ba alam? Hacienda Herano could be a tourist spot kung hindi lang iyon private property. I've been there once with my grandparents pero bata pa ako noon—ano bang nakaharang dito? Hindi ko mapasok—.ngayon may nagbago ba?"

"Well, a man-made forest now stands on the northeastern side of the Hacienda. I love trees and I was bored last summer when we arrived from Manila kaya ayon."

"Just, wow."

Hindi niya namalayang nahulog ang invitation dahil sa pagkamangha. May kamay na kumuha niyon at pagtingin naming ay iyon lalaki noong enrollment.

"An invitation? Pwede sumama, Miss?" He jokingly asked, pero sineryoso ni Yrin. "Ang kapal ng mukha, hindi naman naming kilala."

Bumaling sa kanya ang lalaki. "Oh, it is you. Just ask my name right away hindi iyong may pabangga-bangga kapang nalalaman. That scheme is too overused."

"What the hell are you talking about, huh?

Napakayabang mo!"

The man shrugged and kept taunting the now irritated Yrin.

"Totoo naman diba? Sinadya mo talagang humarang nun para mabangga kita. Kung pangalan lang naman, let me introduce myself. I am Davis Karlton Mejez—

"Stop it! Pwede bang tumahimik ka? Naririndi ako sayo! Bigla ka nalang sumulpot out of nowhere— disturbing us like a goddamn pest. Now if you'll excuse us."

Hinila ako ni Yrin at nagmartsa papalayo roon. Bakit ba ang init ng dugo nila sa isa't-isa?

Sumalampak ng upo si Yrin at nakabusangot ang mukha habang nagsimulang kinalkal ang bag niya. Kumunot ang aking noon ang may naalala.

"The invitation—

—hindi niya binigay sayo?" Dugtong ko sa sinasabi niya. Napatampal siya sa sariling noo habang nakapikit. "I swear, I'm going to kill that jerk!"

Pumasok na ang prof sa susunod na subject kaya umayos na kaming lahat. After discussing ay may short quiz pa at pagkatapos ay dismissal na.

"I remember, ibibigay ko pa pala kay Alas ang invitation niya. Nandoon kaya siya sa department nila?"

"Hindi ko rin alam. Baka, o di kaya nasa SSC office. Iyon lang naman ang tambayan ng isang iyon."

"Okay. Ako na ang mag-aabot nito. Ikaw pasaan ka pagkatapos dito?"

"Saan pa? Edi sasama sayo. Baka magka-department sila nung lalaki kanina. Kukunin ko rin iyong invitation ko."

I just shrugged my shoulders and went on to fixing my things. Naglalakad na kami sa hallway nang may sinabi si Yrin.

"Alam mo na ba?"

"Ang alin?"

"May bagong appointed na secretary raw ang SSC. Kasi diba, nag-resign na iyong dati kaya may bagong inirefer ang SSC Adviser."

Alam ko iyon. The news spread like wildfire dahil nga major organization ang SSC. I barely remember the name of the new appointee. Was that Jia..ah, Jirah Vallez. Maganda rin daw kasi ang standing at background kaya diretso nang in-appoint.

Nakarating kami sa SSC office at nakita ang tila nagtatalong si Alas at isang babae.

"Please, Alas, kahit isang beses lang. Bisitahin mo naman—"

"Anong meron?"

Halos matampal ko ang sariling noo nang sumingit si Yrin sa tila sekretong pag-uusap ng dalawa.

Napatingin silang dalawa sa gawi naming at unang nakabawi iyong babae na kung hindi ako nagkakamali ay si Jirah.

Ngumiti ang kanina lamang ay nakanganga sa gulat niyang mga labi at lumapit sa amin.

"Hi! Ako si Jirah. You must be...Kastrein?"

Gulat man ay tinanggap ko ang nakalahad niyang kamay. "Oo. Nice meeting you, Jirah."

"Likewise."

Nakipagkilala din siya kay Yrin at lumabas silang dalawa nang mapag-alamang kaklase niya ang hinahanap ni Yrin.

"Kita nalang tayo sa labas ng gate, Kas!"

Tumango ako. When they disappeared from my sight, I turned to Alas.

"So? Anong sadya mo dito?"

"Well, my mom will be celebrating her birthday and you, together with Yrin, are invited."

Inabot ko sa kanya ang invitation at tinanggap niya iyon ng may pag-aalinlangan.

"Huwag kang mag-alala, the party isn't that grand. The invitation is just for formality's sake. Kapag nakilala mo si Mom ay maiintindihan mo bakit ay paganyan pa."

He chuckled a bit. "Thank you, I'll make time."

I dismissed him by waving my hand and took my exit from their office.

***

Kanina pa patingin-tingin sa gawi ko sina Mommy, and I have an idea why.

"Baby, are you sure you invited someone over?"

Right. I rolled my eyes in secret and faced them.

"Mom, do I look like I'm kidding or something? I don't have an idea why they're still not here but I am sure they'll come."

Mukha naman siyang nakahinga ng maluwag at bumalik na sa pagbati ng mga bisita. Like what I've told Alas, hindi engrande…ang mga bisita. The only visitors are the hacienda's workers and their families.

As for the dishes, well, my Mom only wants the best and tastiest meal for her day.

"Ma'am, narito na po ang mga bisita ninyo. Nahihiya po atang pumasok, gustong ikaw ang sumundo sa kanila."

I nodded to the maid and made my way to the receiving area. I smiled upon seeing three faces, wait, three?

Oh, so the Davis guy is here. *Mahabang kwento ito, Yrin.*

Mukhang napansin naman ni Yrin ang tingin ko kaya umirap siya at nagsimulang dumada.

"Stop that look, Kas. This guy here tag along kahit hindi siya invited, end of story."

"Hey! You wanted me here—

"Will you just shut it, huh?!"

"Ok, stop it, you two. Huwag kang defensive, Yrin. Wala pa nga akong sinasabi."

Humalukipkip nalang siya at tumahimik.

\*\*\*

Sa pool area ang handaan kaya doon din namin nakita sina Mommy. Nang lapitan namin sila ay parang bata si Yrin habang bumabati sa Mommy ko. She looks like an avid fan na nabigyan ng chance ma-meet ang idol backstage.

When it was Alas' turn to hand his gift, ay tila huminto ang mga tao sa paligid at tumingin sa gawi naming.

Nang ibalik ko ang tingin sa kanila ay nakita ko kung paanong tumulo ang luha sa mata ni Mommy. "Ikaw ba talaga si Larreon?"

*How did she know his first name?*

Tumango ang nakangiting si Alas at sumagot. "Ako nga po. Maligayang kaarawan po, Ma'am."

"Maraming salamat. Is that for me?"

"Ah, oo po. Pasensya na at iyan lang ang nakayanan kong gawin."

"Ayos lang, I would gladly accept anything from you."

Hindi ko na napigilang magtanong. "Okay, what in the world is happening here?"

"Nothing bad, Baby. Kumain na tayo?"

## KABANATA 7: Kiss

Everyone was singing for my mom and made her wish something before letting her blow the golden candle above her three-tier cake.

I was still intrigued with Alas and my parents' meeting earlier kaya hindi ako masyadong nakasabay sa pinag-uusapan nila.

Nasa iisang table lang kaming apat habang sina

Mommy ay palipat-lipat para kamustahin ang mga bisita.

"Pwede mo akong tanungin ng kahit ano."

Hindi ko namalayang nakatitig na pala ako kay Alas na nasa kaharap kong upuan.

"Masyadong malalim ang iniisip mo. May problem ba?"

Umiling ako at bahagyang ngumiti. "N-nothing. I was just wondering; did you know my parents beforehand? I-I mean, hindi kita kilala until we came here and…"

Hindi ko matuloy-tuloy ang tanong na bumabagabag sa akin. Wala akong mahanap na tamang mga salita para doon.

He cheekily smiled, showing his pair of dimples. "Matagal ko nang kilala sila Ma'am at Sir. At wala kang dapat ipag-alala, really. I even owe them, big time"

My forehead knotted. "W-what do you mean?"

"Gusto mo ba talagang malaman?"

I eagerly nodded like a kid. "Of course!"

"Kiss muna."

"Su-what?"

I froze there while the man was laughing his ass off together with the two. Pigil-tawa silang huminto at si Yrin ang unang nagsalita.

"You should've seen your face, Kas. It's epic!"

"You think so?" Tial natauhan naman siya nang makitang seryoso ako at siniko ang katabing si Davis—na agad namang pinasa ang hampas kay Alas.

I can't with these three. Tatanda ako ng maaga sa kanila!

\*\*\*

When my wall clock strikes 5, I am already heading to the dining area. Mom always reminds me to have my breakfast before going to school.

"You think we should tell her about it, Hon?"

When I was nearly there, I could hear noises that I can recognize as my parents'. Are they talking business early in the morning?

Dire-diretso akong pumasok at naabutan silang dalawa na nag-uusap. Mukhang hindi pa nila ako napasin.

"Huwag muna ngayon. Hindi natin siya bibiglain, remember?"

"Sinong hindi bibiglain, Dad?"

Mukha silang nakakita ng multo sa gulat nang magsalita ako ngunit agad din namang ngumiti na parang walang nangyari.

"Good morning, Baby! Breakfast na?"

I just shrugged off my curiosity about their topic and had my meal.

\*\*\*

Uwian na at nandito kami ni Yrin sa labas ng gate. Hindi pa dumadating si Manong at ang Daddy niya.

"…hindi naman kami mahirap, pero nung makita ko ulit ang bahay niyo, grabe! Parang gusto ko nalang maging katulong niyo…"

Kanina pa ako nakikinig sa paulit-ulit na papuri ni Yrin.

"—o kaya aso kasi marunong ka namang tumahol?"

"Teka, paano mo nalaman? Manghuhula ka na ngayon?"

I rolled my eyes and facepalmed. "Baka kasi, pang-siyam na beses mo na iyang inulit kaya memorized ko na."

Nahihiya siyang ngumiti at ngumisi kapagkuwan. "Kasi naman, ang ganda—"

"Oo na, maganda na. Tigil na, ha? Baka gusto mong maghintay sa Daddy mo ng mag-isa dito?"

"Tatakutin mo pa ako, eh wala pa din naman iyong sundo mo. Tara libre muna kita ng street food, mukhang bagong dating pa iyong paborito nating bilhan."

Hila-hila niya ako at nagsimula nang maglakad nang may biglang sumingit sa gilid namin.

"What was that? May narinig akong 'libre' ah. Did I hear it right?"

Mukhang nakilala naman ni Yrin ang boses dahil nang sabay kaming lumingon ay may binunganga na agad siya kay Davis na kasama si Alas.

"Hoy! Ang kapal talaga ng apog mo! Hindi ka na nahiya sa parents ni Kasie kagabi. Ni hindi ka nga invited pero nakilamon ka!"

Sasagutin na sana siya ni Davis nang awatin na namin sila.

"Tumigil nga kayo, nakakahiya!"

Natahimik naman silang dalawa. "Okay lang naman na pumunta siya sa kagabi, Yrin. Hindi iyon big deal, okay?"

Nilingon ko din ang dalawang lalaki. "And you, pwede kayong sumama sa amin pero KKB."

"Pero, Kas..."

Aapela pa sana siya ngunit tinaasan ko ng kilay kaya tumigil din at sumimangot nalang.

*** 

Tapos na kaming kumain at kagaya ng

napagkasunduan, kanya-kanyang bayad. Unang nag-abot ng 500 si Davis sa tindero.

"Lima pong fishball, lima ring tempura, saka dalawang baso ng kwek-kwek at sampo para sa buko."

"Ano ba iyan, ang siba naman kumain." Bulong ni Yrin sa tabi ko mukhang hindi gaanong narinig ni Davis.

"May sinasabi ka?"

"May narinig ka ba?"

"Oo."

"Eh narinig naman pala, bakit pa nagtatanong?" Pilosopong sagot naman ni Yrin kaya sinamaan siya ng tingin ni Davis.

Napabaling kami sa nagtitinda nang tumikhim ito. "Ah, pasensya na po, pero wala pa ho kasi akong kita ngayon kaya wala akong panukli sa inyo. Baka may barya po kayo diyan, Sir."

"Ah, bayad nalang po naming apat iyan, Manong. Kung wala parin ay keep the change nalang."

"Ay naku Sir, nakakahiya. Hindi po aabot sa kalahati nito iyong kinain ninyu."

"Maagang pamasko ko nalang po iyan."

"Naku, salamat dito ha."

May bumusina na kaya nagpaalam na sa amin si Yrin dahil sasakyan na pala nila iyon.

"Una na rin ako sa inyo, Kasie, Alas."

Tumango kami pareho at tinignan sila papaalis. Sa waiting shed na ako umupo habang hinihintay si Manong.

Naguguluhan kong nilingon si Alas nang hindi pa siya umalis at nakiupo pa sa bakanteng espasyo sa gilid ng inuupuan ko.

"Bakit hindi ka pa umuuwi? Teka, nasaan nga pala iyong bisikleta mo? Hindi mo ba dinala?"

"Ah, dinala kaso flat iyong gulong eh, kaya iniwan ko muna. Babalikan ko nalang bukas, baka kasi abutan na ako ng ulan kung ngayon ko dadalhin sa vulcanizing shop."

Tumungo ako dahil tama naman, baka gabihin din siya sa daan pauwi.

"Ikaw, matagal pa ba ang sundo mo?"

"Hindi ko din alam. Wala pang text si Manong."

"Mukhang uulan, may payong ka?"

Napatingin ako sa ulap dahil doon. Makulimlim nga.

"Wala nga eh. Hindi bale, may masisilungan naman itong shed kung sakaling hindi pa dadating si Manong."

Biglang tumunog ang cellphone ko at dumating ang message ni Manong. Hindi niya daw ako masusundo dahil masama ang pakiramdam niya. Sinabi ko namang okay lang at marunong akong mag-commute kaya nagpasalamat siya.

"Hindi ka susunduin?"

"Hindi na daw, may sakit kasi si Manong. Magco-commute nalang ako."

Tumaas ang isa niyang kilay dahil doon.

"Marunong ka?"

"Of course! Anong akala mo sakin, ignorante?"

Nagkibit-balikat siya. "Sabi mo eh."

May humitong jeep na wala masyadong sakay kaya pumasok na kami. Nasa bandang kaliwa kami nakaupo kaya malaya kong napagmamasdan ang kasalungat na lane.

Wala masyadong dumadaan, baka dahil malapit nang umulan. Nakadungaw ako sa labas at nakapatong ang siko sa bintana nang dahan-dahang pihitin ako ni Alas paharap sa kanya.

"Baka masagi ka."

Oo nga pala. Umayos ako ng posisyon dahil doon. "Salamat."

*"Tumitingin pa kasi sa iba…"*

"Ano iyon?"

"Wala, baka guni-guni mo lang iyon."

# KABANATA 8: Lola

Huminto saglit ang sinasakyan naming jeep sa isang high school para sa mga sasakay na estudyante. Dahil marami-rami ang sasakay ay umusog papalapit sa akin si Alas.

May nakaupo pang isang lalaki sa isang gilid ko at akmang mag-aabot ng pamasahe nang si Alas ang kumuha niyon.

Nagsimula nang umambon nang makarating kami sa hintuan ng jeep.

"Para po."

Unang bumaba si Alas upang alalayan ako kahit kaya ko naman mag-isa. Hindi ko tinanggap ang nakalhad niyang kamay. Akala ba talaga niya hindi ako marunong sa mga ganito kasimpleng bagay?

Nahinto lamang ako sa pag-iisip nang matapilok ako at muntikan ng mahulog. Mabuti na lang at alerto siya at nahawakan ako.

"S-salamat."

"Ayaw kasi magpatulong, ayan tuloy…"

"May sinasabi ka?"

Tumawa lang siya ng mahina at umiling. "Wala…"

Napansin naming pareho ang unti-unting paglakas ng ulan kaya dali-dali niyang hinalungkat ang kanyang bag at kumuha ng payong.

"Bakit parang mas babae ka pa sakin?"

Mukhang hindi naman siya na-offend at ngumiti lang. "Tubong-lola kasi…"

Sinabit niya paharap ang bag at sinubukang ilagay ang kamay sa likod ko habang ang isa ay nakahawak sa payong. Huminto pa siya saglit at tiningnan ako. "Ayos lang ba?"

Tumango ako at nagsimula na kaming dahan-dahang maglakad. Hindi kalaunan ay nakarating kami sa gate ng Hacienda at nagtaka pa ako nang umalis siya mula sa pagkakasilong sa payong.

"T-teka, pumasok ka muna para madala mo itong payong papunta sa inyo."

"Hindi na. Pumasok ka na, uuwi na rin ako."

"P-pero paano ka? Mababasa ka at…"

"Ayos lang, pasok ka na para makaalis na rin ako."

Nag-alinlangan pa ako ngunit nang makit akong basang-basa na ang uniform niya ay pumasok nalang ako sa loob. Malayo pa ang lalakarin ko pero dahil pinahiram niya sa akin ang payong ay hindi ako mababasa.

Nakita ko ang pagtakbo niya sa ilalim ng ulan matapos niyang masigurong nasa loob na ako ng hacienda.

*How can he be so selfless?*

***

We were having our breakfast when my mom suddenly

asked me how I got home safely yesterday.

"It was Alas, Mom. Pinahiram niya ako ng payong pagkababa namin ng jeep."

Kumunot ang noo nilang dalawa at nagkatinginan pa na parang may pinag-uusapan gamit ang mga mata

"Hinatid ka ni Alas?"

"No Mom, stop it. You're getting the wrong idea. He didn't send me home, dinaan lang niya ako at pinahiram ng payong. That's it, no big deal."

"How sure are you?"

Napatingin ako sa kanila dahil sa hindi matigil na pag-usisa. "What…are you trying to say?"

"As far as I can remember, taga-kabilang baryo ang Lola ni Alas, and if he still lives under his grandma's roof, then napaka-out of way naman kung dinaan ka niya dito."

"Wait, so you're telling me…"

Napahugot si Mom ng malalim na hininga.

"You should check up on him after class if hindi siya pumasok ngayon. Based on your story, sa gate palang ay basang-basa na siya ng ulan and judging the weather yesterday, wala na gaanong dumaan na pampasaherong jeep o tricycle after ka niya ihatid."

Dinugtungan pa iyon ni Dad. "Maybe he spent some time bago makauwi and we don't know how long he wore those drenched clothes."

Napaisip ako dahil doon.

"If you don't want to check up on him ay si Manong nalang ang papupuntahin ko—"

"It's okay, Mom. Titignan ko kung pumasok ba siya ngayon, at kung hindi ay pupuntahan ko nalang sa kanila. Baka nga lang po ay matagal ako makauwi kung ganoon."

My heart warms while watching my parents smile in an understanding manner. I kissed them goodbye and made my way to school.

\*\*\*

My mind was flying outside the window when the lectures started because of what I found out. *Bakit niya ginawa iyon? Should I overthink about it, o masyado lang talaga siyang concerned?*

Nang mag-lunch break ay sabay kaming lumabas ni Yrin at mukhang napasin niya ang pagkawala ko sa pukos kanina.

"May nangyari ba?"

"Wala."

"Okay, sabi mo eh. Kahit pigain naman kita ay mukhang wala akong makukuhang sagot mula sayo. Siya nga pala, saan tayo pupunta?"

"Sa Engineering building. Tatanungin natin kung pumasok ba si Alas."

"Why? Is something wrong?"

Napahinto ako sa paglalakad at hinarap siya. "Right, bakit hindi kita naisipang tanungin. Do you know where Alas lives?"

"Hm, oo. I mean, almost everyone knows his address. Diyan lang naman iyon sa katabing baryo nitong school."

"What?"

"Oo, kaya nga bike lang ang palaging dala niya kasi aside from being environmental-friendly, malapit lang din ang bahay nila."

"Then why did I see him on my way to school…"

"Ah, sakristan kasi siya sa misa tuwing madaling araw sa simbahan malapit sa hacienda ninyo kaya ayon…"

Hindi na niya tinuloy ang pagkukwento na para bang pinapahiwatig na alam ko na ang ibig niyan idugtong.

"Hi! Hinahanap niyo din ba si Alas?"

Napalingon kami sa boses ng nagsalita mula sa likuran ko. Jirah…

Si Yrin na ang sumagot. "Ah oo eh. May sadya sana si Kasie. Pumasok ba siya?"

"Hindi eh. Galing ako sa room nila para sana magpapirma nitong mga papeles dahil kailangan na ito bukas, pero hindi raw pumasok si Alas ngayon."

Nagkatinginan kami ni Yrin. "So, pupunta ka ba sa kanila?"

"Naku hindi na siguro. May klase pa kasi kami sa hapon. Kayo ba?"

"Wala naman na. Baka pupuntahan ni Kasie, gusto mo

bang ipadala iyan?"

She eyed me hopefully, "Pwede lang ba?"

Tumango ako bilang pagpayag at inabot na niya sa akin ang mga dala. "Naku, salamat talaga! Oh siya, mauna na ako ha. Salamat ulit!"

Umalis na siya at naglakad narin kami pabalik sa building namin.

"Sigurado ka bang hindi ka na magpapasama sa akin? Baka maligaw ka."

"Ihahatid naman ako ni Manong, Yrin. No worries."

"Sige, sabi mo eh."

***

Matapos maglakad mula sa pinagparadahan ni Manong ng sasakyan ay nakarating ako sa gate na gawa sa kawayan na hanggang bewang ko lang ang taas.

*Ito na ba iyon?* Pinagmasdan ko muna ang bahay na gawa sa bato. Hindi iyon kalakihan ngunit makikitang alaga ito ng may-ari. Malinis ang bakuran at may iba't-ibang halaman ang hardin.

Walang doorbell kaya kailangan ko pang kumatok, "Tao po?"

"Saglit lang, Ineng." Boses iyon ng matandang ale mula sa loob ng bahay. Nang makarating sa gate ay hindi niya muna iyon binuksan

"Sino po sila at ano ang sadya?"

"Ah, dito po ba nakatira si Alas? K-kaibigan niya po

ako. Hindi po kasi siya pumasok ngayon kaya, naisipan kong dalawin."

Dali-dali niyang binuksan ang gate at pinatuloy ako. "Naku, pasensya na, nabigla lang ako at wala pang kaibigan na pinapunta rito si Alas maliban sa iyo."

Tumawa ako ng pilit. "Ah, bakit nga po pala hindi siya pumasok?"

"Ewan ko ba sa batang iyan, hindi naman iyan umuwi ng matagal maliban nalang kung may importanteng gagawin, pero hindi naman niya ako inabisuhan kahapon kaya akala ko ay maagang uuwi…"

Nagpatuloy pa siyang magkwento habang papasok kami sa bahay.

"…nagtaka nalang ako kung bakit basang-basa nung mauwi, eh pinadalhan ko naman ng payong. Kaya ayo, dahil siguro sa matagal na pagkababad sa tubig-ulan ay nagkalagnat at hindi na nakapasok."

Saktong pagkatapos niyang magsalita ay tumapat kami sa isang kulay itim na pinto na yari sa matigas na kahoy.

"Ito ang silid ni Alas, pumasok ka muna at kumustahin ang batang iyan habang naghahanda ako ng sopas."

"Sige po, salamat. Siyan ga po pala ay may dala akong prutas."

"Aba ay, salamat. Nag-abala ka pa. O siya, sige na at ilalagay ko nalang ire sa ref."

Pumunta na siya sa kusinang katabi lang ng kwarto ni Alas kaya pinihit ko na rin pabukas ang pinto.

Ginala ko muna ang paningin sa loob. The room screams tidiness and orderly. Nahiya ang nagkalat kong bedsheet sa napakaayos niyang gamit.

In the right corner of his room, there was a single-sized bed. Sa gitna niyon ay nakahiga ang maputlang si Alas.

Dahan-dahan akong naglakad papalapit doon at sinipat ang kanyang noo. Ang taas ng lagnat niya! Aalis na sana ako para sa sabihin sa lola niyang dadalhin nalang naming siya sa ospital nang magising siya.

"K-kas? Anong…ginagawa mo dito."

"Ayaw mo ba akong papuntahin dito?"

"H-hindi sa ganoon…"

"Chill, nagbibiro lang ako. Anyways, nagpunta ako rito to check on you. I feel like I was to blame na nagkasakit ka dahil…"

"No, it's not one's fault. I—"

"Huwag ka na munang magsalita. I'll just tell your Lola na dalhin ka nalang sa ospital. Your temperature isn't normal for a simple fever."

"Sinat lang naman. Huwag ka nang masyadong mag-alala."

"How can I not, huh?"

Dumaing siya at nanginig kapagkuwan dahil sa lamig.

"Ayos ka lang ba? I'm sorry for snapping, ikaw kasi…"

Lumapit ako ulit sa kanya at kinuha ang extrang kumot na nasa paanan ng kama niya. Nilagay ko iyon sa ibabaw ng kumot na ginagamit na niya at tinapik-tapik para makatulog siya ulit.

Makaraan ang ilang saglit ay pumasok sa loob ng silid ang Lola ni Alas. Buong akala ko ay dala na niya ang pagkain ngunit iba pala ang sadya niya.

Tinitigan niya ako ng maigi bago magtanong, "Sino ka ba talaga?"

## KABANATA 9: Teach

Kapwa kami nakaharap sa natutulog na Alas nang magsalita ulit ang matanda, "Paano kayo nagkakilala kung ganoon?"

Nasabi ko na sa kanya ang totoo kong pangalan at hindi ko maintindihan ang naging reaksyon niya. Para bang magkahalong saya at pangamba ang nakita ko kanina. Hindi naman nagtagal ay bumalik siya sa pagtatanong.

"Nakita niya po ako noon na naglalakad papuntang school kaya isinabay niya ako."

"Hinayaang maglakad nina Klaudio at Sabrina ang unica hija nila?"

Kumunot ang noo ko dahil sa pagkakakilala niya kina Mom. Masyado naman atang kilala ng lahat ang pamilya ko at kahit hindi ko pa nababanggit ang koneksyon ko sa kanila ay alam na agad ng mga tao?

Kung sabagay, wala namang ibang anak ang mga Herano.

"Ah, nagkaaberya lang po ang sasakyan kaya ganoon."

Hindi naglaon ay ngumiti na ng maluwag ang matanda. "Mabuti naman at nagkakilala na kayo ni Alas. *Matagal ka na niyang gustong makita ulit.*"

"Ano po iyon?" usisa ko pa sana sa huli niyang binulong ngunit ngumiti lang siya ng maluwag.

"Wala. Siya nga pala, Lola nalang ang itawag mo sa akin

at para na rin kitang apo."

Maliwanag pa sa sikat ng araw ang ngiti niya kaya hindi ko na naisipang tumutol.

"Sige po…Lola."

\*\*\*

Ang bilis ng oras. Next week ay finals na at kailangan na naman naming mag-review ng masinsinan.

"Bakit ba kasi ako magdo-doctor? Ang sakit na sa utak." Halos maiyak si Yrin habang nagbabasa ng notes.

Nandito kami sa canteen kasama sina Alas at Davis. Lunch break pa kasi at may quiz kami sa isang minor subject mamaya.

Ang gara lang, major exam na next week pero may paganito pa. Well, ginusto ko rin naman.

"Huwag mo masyadong pilitin. Wala ka pa namang utak." Pasingit ni Davis na ikinainit ng ulo ni Yrin. Magbabangayan na sana sila nang pumagitna ang kamay ni Alas. That was their warning to stop or else they'll be reprimanded.

Hindi kasi magandang tingnan na palagi silang magulo kahit pa kasama namin ang SSC president. They should still pay respect to Alas' position.

Wala silang nagawa kundi huminto at nagbatuhan nalang ng nakamamatay na tingin. Umiinom ng tubig si Yrin ng biglang magtanong si Alas. "Gusto mo ba ng bata, Sol?"

Tumalsik ang kanina lang nasa boteng tubig.

"Ano ba! You are gross!" biglang sigaw ni Davis nang mabugahan siya ng iniinom na tubig ni Yrin.

"Naku, sorry—" uh, hindi siya tunog nagso-sorry kaya hindi na ako magtataka kung bakit siya inirapan ni Davis.

"—Alas naman, ano ba iyang mga tanong mo kay Kasie? Naiiskandalo ako!"

"Ang sabihin mo, over reacting ka lang talaga." May binubulong pa si Davis habang nagpupunas ng sarili.

Hindi na sila pinansin ni Alas at bumaling uli sa akin. "Sorry, that came out wrong. What I mean is, gusto mo bang magturo sa mga bata?"

"...ng?"

"Basic catholic teachings," simple niyang sabi habang inaabot ang iilang tissue kay Davis dahil mas naaabot niya iyon.

"Naghahanap kasi ng youth catechists for summer. Wala ka rin namang iti-take na units sa bakasyon so I was thinking, baka gusto mo i-try. May 1 week training and preparation din if hindi ka pa maalam kung paano."

That sounds great. I actually am looking for something na mapagkaka-abalahan sa bakasyon. Baka kasi mabore lang ako kung maghapong tutunganga sa hacienda. Though gusto ko ring mag-ikot to discover the spots na hindi ko pa napupuntahan.

"Maybe I'll consider the idea. Salamat."

Ngumiti naman siya, dahilan para makita ko ang mga biloy sa magkabila niyang pisngi. Ngayon ko lang napansin, *he's…kinda cute.*

"Walang anuman, salamat din."

We were lost in our own conversation when Yrin interrupted. "Alam mo, Alas, malapit na akong magtampo sayo. Bakit si Kasie lang iyong in-offer-an mo? Marunong din naman ako magturo ah."

"Hindi ka kasi mukhang mabuting tao. Baka ano pa ang ituro mo sa mga bata."

"Namumuro ka na ah!"

At nagsimula na naman ang walang katapusan nilang away. Napapikit nalang ako dahil sa kahihiyan dahil hindi lang naman kami ang kumakain doon.

\*\*\*

"Kinakabahan ako, Kas. Paano kung hindi ako makapasok sa dean's list ngayong sem? Malalagot ako kay Mommy," halos maiyak na sabi ni Yrin habang papunta kami sa bulletin board.

Balak naming tingnan ang ranking bago pumunta sa simbahan para sa sinabing orientation ni Alas. Kasama din si Yrin dahil mag-o-audition siya sa choir, oo maganda ang boses niya pero iilan lang ang nakakaalam.

Nang nasa harap na kami ng nasabing bulletin ay hinanap ng mata ko ang CMS. *Ito na…*

"Salamat naman at nakapasok ako. Hindi na siguro masama itong 1.56," daldal niya.

Nagpatuloy siya sa pagbabasa pataas ng listahan at hindi na ako nag-abalang tingnan iyon. "Gosh, ang talino mo, Kas!"

Nagtataka ko siyang tiningnan ngunit wala paman akong tinanong ay nagpatuloy na siya, "...grabehan sa 1.175 ha, ikaw na talaga!"

Hindi na ako nagulat dahil nakita ko naman iyon sa portal beforehand. Na-upload na doon ang gradeslip at kinompute ko na din. Ewan ko bakit hindi niya alam iyon.

Napatingin kami sa bagong dating na parehas lang ata sa amin ang sadya doon.

"This calls for a celebration, dude! Top 1 ka parin sa engineering. Kahit napakahectic ng schedule ay nakuha mo paring mag-top. Ibang klase," walang pigil na pagpuri ni Davis kay Alas.

Yep, sila ang dumating. Napansin naman nila kami, lalo na si Alas na nakatingin sa akin imbes na sa results.

"Do I have something on my face?"

Parang natauhan naman siya at agarang umiling, "W-wala, sorry. Did I make you uncomfy?"

Why is he stammering anyway? I just shook my head to tell him it's okay.

"Pupunta nga pala ako ngayon sa simbahan, sasabay na ba kayo?"

Si Yrin na ang sumagot, "Oo sana kung ayos lang sayo?"

"Oo naman, walang kaso sa akin. Pwede ko nalang iwanan kay manong guard iyong bike ko at sasamahan ko na kayong mag-commute papunta roon."

"Anong gagawin niyo sa simbahan?" biglaang singit ni Davis.

"Mamamalengke," pilosopong sagot sakanya ni Yrin. "Pwede ba, huwag ka ngang sumingit sa usapan ng may usapan."

"Oh, huwag kanang dumada," pigil pa niya sa balak pa sanang i-rebut ni Davis, "hindi ka kasali sa usapang pang-simbahan."

Napasapo na lamang ako ng noo habang nagpipigil naman ng tawa si Alas. Nagpatuloy din sa pagsasalita si Davis kalaunan sa kabila ng pangbabara ni Yrin, "I'll come with you."

"Aba't wala ka talagang kadala-dala eh, no? Ano bang gagawin mo doon?"

We started walking towards the gate while the two were still bickering on our backs.

Right then, we knew that even if the church is not miles away, it'll be a long, long way with the cat and dog tagging along.

# KABANATA 10: Marco

Habang nakaupo sa isa sa mga kahoy na upuan ay hindi ko mapigilang igala ang mga mata at purihin ng palihim ang disenyo ng antigong simbahan. *This place looks surreal…*

Ngayon lang ako nakapunta dito dahil sa maliit na chapel kami sa baryo malapit sa hacienda kadalasang nagsisimba. *This is my first time seeing this mesmerizing masterpiece.*

Kung sino man ang nagdisenyo nito ay tiyak na may malawak na kaalaman kapwa sa sining at arkitekto para makagawa ng isang matibay at nakakahalinang pook-dasalan.

"I wore the same reaction the first time I saw this church when I was young," biglang saad ni Alas sa aking tabi.

Siya nalang ang natirang kasama ko dahil si Yrin ay pumunta na sa opisina ng choir para mag-audition na agad namang sinundan ni Davis. *It is just me or there is really going on with those two?*

"Kahit malayo ay dito kami nagsisimba ni Lola para narin sa alaala ni Nanay. Lector kasi siya dito noon at mahal na mahal niya itong simbahan."

Humarap siya sa altar at hilam na ngumiti. Ramdam ko ang pangungulila sa mga mata niya. *He must have really loved his mom.*

"Nakakalungkot lang at kinuha agad siya sa mura kong edad. Hindi man lang niya nakita kung paano ko tuparin ang mga pangarap niya para sa akin."

That's cruel. Whatever is the reason for his mother's death must be too painful for him. Hindi ko na tinanong kung ano iyon dahil baka mabuksan pa ang sugat na matagal nang naghilom.

"Unti-unti ko namang natanggap ang pagkawala niya dahil nakilala ko na ang taong magiging dahilan para sumaya ulit," he said will looking intently at me. *Is he trying to imply something?*

"Ito na ba ang sinasabi mo, Alas?" naputol ang hindi maipaliwanag na awrang bumalot sa amin dahil sa tanong ng isang babaeng nasa mid-50s na yata kung hindi ako nagkakamali. Ngumiti siya sa akin habang nilalahad ang kamay.

"Ako nga pala si Sister Helena, isa sa mga matagal nang katekista sa simbahang ito. Ako din ang magtuturo sa inyo ng mga gagawin para sa youth catechism."

She seemed kind and genuine, leaving me no choice but to accept her hand and return a smile, "Salamat po."

Hindi nagtagal ay nagsidatingan ang iilang tao na sa tingin ko'y halos kaedaran ko lang din. Nagpaalam si Sister Helena para ayusin ang gagamiting projector. Napatingin ako kay Alas sa biglaan niyang pagsiksik sa akin.

Tinaasan ko siya ng kilay para itanong kung bakit dahil may malaking espasyo pa naman sa kabilang gilid niya pero nanatili siyang naksiksik sa akin. Hindi naman niya alintana ang mga matang nakatingin at nanatili lang ang tingin sa harapan.

May biglang lumapit na lalaki sa kabilang gilid ko at nahihiyang ngumiti, "Ah, excuse me, pwede umusog ka ng kaunti? Wala na kasing bakante, baka pwedeng makitabi sayo? K-kung okay lang naman."

"May bakante naman dito sa gilid ko, Marco. Ayaw niya kasi," pabalang na sagot ni Alas na ikinabigla ko. Since when did he start treating people rudely?

Mukhang napahiya naman ang lalaki at umupo nalang sa upuang inilahad ni Alas. Hindi na ako nagkomento dahil baka may alitan sa pagitan ng dalawa and I'll just add fuel to the damn fire.

Hindi naman gaanong mahaba ang orientation at basic lecture kaya natapos din kami kaagad. Pinabunot kami ng topic para sa gagawing demonstration kinabukasan bago kami dadalo ng send-off mass.

***

"Ate Kasie, pwede ko po bang gamitin ito?"

Tumango lang ako sa tanong ni Freya, isa sa mga batang tinuturuan ko dito sa Sto. Rosario—isang chapel na may kalayuan sa hacienda.

San Sebastian is comprised of various chapels dahil na rin sa laki nito at dami ng baryo. Kaya naman, pinapapili kami kung saan namin gustong madestino. At dahil kaunti lang ang nag-volunteer ngayong taon ay kada chapel isa lang ang assigned.

Hindi naman naging problema ang transportation dahil may sasakyan ang simbahan na inilaan para sa amin. Gusto pa sana nila Mommy na ipahatid-sundo nalang ako kay Manong Henry pero hindi ako pumayag.

May katandaan na ang driver ng sasakyan namin pero nakakaya parin naman niya ang trabaho at nagagawa ito ng maayos.

Napangiti ako habang pinagmamasdan ang mga batang nagkukulay ng activity na hinanda ko para sa araw na ito. Isang buwan lang kaming magsasama pero ngayon pa lang ay pakiramdam ko masyado na akong maaattach sa kanila.

May dahan-dahang kumalabit sa binti ko kaya napatingin ako doon. Nakita ko si Ron-ron na parang nahihiyang magpaalam ng kung ano.

Umupo ako para magkapantay kami. "Ano iyon, Ron?"

"K-kasi po, m-magpapaalam na po sana ako na mauna akong umuwi ngayon."

"Bakit?"

Nagdadalawang-isip na siya ngunit sinabi din ang dahilan kalaunan. "Tutulong pa po kasi ako sa pagtitinda ng isda para may pambili kami ng bigas para sa hapunan."

Parang akong kinurot habang nakikinig sa sinasabi ng bata. Ang aga niyang namulat sa reyalidad ng buhay. Tumango lang ako nang may pag-uunawa at pinigilan muna siyang umalis.

Nagtataka niya akong tiningnan habang kinukuha ko

ang wallet mula sa bag. Kumuha ako doon ng isang libo at inabot sa kanya. At tulad ng inaasahan ko ay umiling ang bata.

"Naku, Ate hindi na po. Salamat nalang po pero nakakahiya po talaga."

Kinuha ko ang kamay niya at pinahawak sa kanya ang pera. "Sayo na iyan. Ibili mo ng pagkain ha?"

Suminghot siya habang nagpapasalamat bago tuluyang lumabas ng chapel. Hindi naman nagtagal ay natapos na ang naiwang mga bata at nagdasal na kami para umuwi na rin.

"Defenders of Christ?"

"Amen!" sabay na tugon nila at nagsilapitan para magmano bago umuwi.

"Bye, Ate! Bukas ulit!"

*** 

Pagkatapos kong i-lock ang pinto ng simbahan ay binigay ko iyon sa head ng chapel na kadadating lang din. Matapos ko iyong inabot ay umalis na din siya at umupo muna ako sa isang bench habang hinihintay si Manong.

Lumipas ang halos isang oras ay hindi pa dumating ang sasakyan kaya nagsimulang umahon ang kaba sa dibdib ko. *Hindi pa naman madilim sa tuwing sinusundo nila ako ah? May nangyari ba?*

Hindi ko pa naman sila makontak dahil hindi ako nagdadala ng cellphone tuwing pumupunta dito.

Nakahinga lang ako ng maluwag nang makita ang sasakyan na paparating. Bumaba mula roon ang humahagos na isa sa mga kasamahan ko.

"Pasensya na talaga, Kasie, nagkaaberya lang sa daan. Tara na bago pa tumirik ulit, wala pa namang malapit na mekaniko dito."

Habang nasa daan kami ay napapansin kong nahihirapan si Manong sa pagkokontrol ng manibela kaya hindi mapigilang magtanong, "May problema po ba, Manong?"

Kinakabahan siya habang tumatango. "P-paki-kontak ang mga nasa simbahan. Humingi kayo ng tulong habang nakakaya ko pang pigilan ito."

Balisang kinuha ng mga kasama ko ang mga cellphone nila at may kanya-kanyang tinawagan habang ako ako ay parang nawala na sa sarili.

*Is this the way I'll die? Paano ang mga magulang ko? Lord, please, huwag muna ngayon...*

Lihim akong nagdadasal ng biglang sumigaw ang lahat dahil babangga kami sa isang malaking kahoy. Dahil sa lakas ng impact ay nauntog ako sa bakal na nasa harapan.

"Lumabas na tayo, dalian ninyo! Nag-leak ang tangke ng gasolina at anong oras ay sasabog ito!"

Dahil sa sigaw na iyon ni Manong ay pinilit kong imulat ang mga mata at pilit na gumapang palabas.

Just when I was few meters away from the bus, it exploded making my body tremble and fell on the ground. Bago ko paman maramdaman ang tigas ng lupa ay may mainit na brasong pumalibot sa aking katawan.

Sinubukan kong aninagin ang may-ari niyon at nakita ang nag-aalalang mukha ng taong hindi ko aakalaing dadating at ililigtas ako…

"Marco…"

# KABANATA 11: Flashlight

"Marco nasaan na ba ang ambulansya?!" galit na sigaw ni Alas habang hawak parin ang katawan ko. Nakatulala lang kasi si Marco habang tintingnan kaming namimilipit sa sakit.

Yes, it was Alas who caught my weak figure before reaching the ground.

"A-ayan na," sakto namang dumating ang tatlong sasakyan at lumabas doon ang mga rescuers.

"May sugat ka sa noo, Sol," mahinang bulong ni Alas kaya nabaling ang atensyon ko sa kanya. His eyes were screaming fear and his voice was laced with worry. "I'm sorry for coming too soon, kung sana mas mabilis kaming nakapunta—"

"Stop it, ayos lang ako," pigil ko sa kanya kahit ang totoo ay kanina pa nagsimulang umikot ang paningin ko. Pumikit ako ng marahan habang takot naman niya akong niyugyog.

"H-help is here, huwag ka munang matulog."

I opened my eyes to assure him that I'm not letting myself drown into slumber.

"Uwi na...tayo?" his voice was the gentlest at the moment making me nod a bit. "Hmm, uwi na tayo."

***

Dalawang araw na itinigil pansamantala ang catechism dahil sa nangyaring aksidente. Nalaman na din ng mga pulis na ang makina ng sasakyan ang may problema. Sa kabila noon ay paulit-ulit na humingi ng tawad si Manong Kaloy.

My parents were worried to the core that hindi na nga sana nila ako pababalikin but I insisted, kaya with Alas' help ay nakumbinsi ko din silang hayaan ako. I don't know what's with them, masyado silang nagkakasundo.

"Okay na po ba kayo, Ate?" nag-aalalang tanong ni Ron-ron ang nagpabalik sa akin. Ngumiti ako sakanya.

"Oo naman. Huwag na kayong mag-alala."

Napahinto kami sap ag-uusap nang may batang pumasok habang tumatakbo at hinihingal pa.

"Ate! Ate! Nandyan na po iyong boypren mo para sunduin ka," saad niya habang nakaturo sa pinasukang pintuan.

I followed where she's pointing at and felt someone robbed the air in my lungs. I can hardly breathe with the sight of Larreon Anastacio. He's wearing his usual smile with dimples, making him look more adorable than manly.

What is he doing here?

Parang nabasa niya ang naging ekspresyon ko at sinagot at hindi ko maisatinig na tanong,

"Sinusundo ka."

Ang just like that, my heart starts beating in an erratic

manner. *Dang, I must visit my personal physician anytime this week. My feelings nowadays are unusual.*

"Bakit? Hindi ba makakapunta iyong bagong service?" kunot-noo kong tanong.

Nahihiyang napakamot siya ng batok habang nagpapaliwanag, "Hindi kasi ako mapalagay, paano kung maulit ang nangyari? Tapos…"

"It was an accident, Alas. You don't have to make a fuss about it. Besides, may bago naman na hindi kasingluma noon."

He raised hands in sigh of defeat. "Oo na, pero ako parin ang maghahatid-sundo sayo mula ngayon."

Alam kong hindi ko siya mapipigilan kaya naman ay nagkibit-balikat nalang ako at bumalik sa pagtuturo sa mga bata.

\*\*\*

Nagsi-uwian na ang mga bata at naisauli ko na rin ang susi sa head. Nilapitan ko na si Alas na nakasakay na sa bike niya. He motioned me to sit on the back ng patagilid kaya sumunod na ako. He then turned to put a jacket above my lap. "Baka masilipan ka."

Nang masigurong maayos na at hindi na liliparin ng hangin ang jacket ay humarap sa siya sa harapan. Bago paman umandar ay kinuha niya ang dalawang kamay ko at pinulupot iyon sa kanyang baywang.

"Baka mahulog ka." *Nga naman.*

Nagsimula na kaming umandar at habang nasa daan ay

hindi mapigilang kumunot ang noo dahil sa pagtataka. "Ibang daan yata ito?"

"Hmm, oo. Baka kasi masyado tayong gabihin kung sa karsada tayo dadaan. Short cut ito papuntang parte ng Hacienda ninyo na hindi pa nababakuran."

Really? May ganito pala.

True to his words, after almost 10 minutes ay nakita ko na ang malawak na taniman. This is the western part of the hacienda! Nang makarating kami sa isang pamilyar na daan ay pinahinto ko si Alas saglit.

"Bakit?"

"I'll tour you around my man-made forest."

Bumaba siya mula sa pagkaka-angkas sa bisikleta at sabay na kaming naglakad papunta sa maliit na gate. Mabuti nalang at palagi kong dala ang susi kaya hindi kami nahirapang buksan iyon.

Akay niya parin ang bike nang makapasok kami kaya sinabihan ko siyang ilagay muna iyon sa isang gilid at babalikan nalang namin pagkatapos.

"You are the first person I brought here," I blurted out of nowhere while looking around. My gaze flew back to him. "...how lucky."

He silently held my gaze and started walking towards my direction. "Bakit?"

"Well, I value this place for me to just bring anyone. I am asocial but you, together with Yrin, climbed the walls I built. You hold a dear place in my heart because you are my friend, Alas."

"Friend, huh?"

"Hmm," I nodded.

"Are you open sa idea na…" he trailed off, making me raise one of my brows.

"That?"

He was ready to speak when we were blinded with flashlights. *Shit!*

"Hala, may nakapasok! Lagot tayo kay Ma'am Kasie!" narinig ko pang pasigaw na bulong ng isa naming trabahador.

"Sino kayo?!" pagalit namang tanong nung isa.

I sighed before turning to them. "Ako po ito."

Kung paano kami kabilis mabulag sa liwanag ay ganoon din kami kabilis mabulag sa dilim dahil sa biglaan nilang pagbawi sa ilaw. *Hay…*

\*\*\*

"Kumuha ka pa ng kanin, hijo. Huwag kang mahiya," masayang saad ni Mommy habang nilalahad kay Alas ang napakaraming pagkain sa mesa.

Pagkatapos kasi ng nangyari sa forest ko ay pumunta na kami ng mansyon dahil balak lang akong ihatid ni Alas at uuwi na rin siya. Hindi namin alam na nakauwi na pala sina Mommy kaya ito at nagpahanda siya ng iba't-ibang putahe para sa *bisita*.

Matapos kaming kumain ay pumunta muna ako sa

aking kwarto at nagbihis ng pambahay pagkatapos magsipilyo. Bumaba na ako at papunta na sana ng dining nang marinig ang mahinang pag-uusap nila Mommy at Alas.

"Please, Alas, kung ginagawa mo ito para maghiganti ay itigil mo na. Nakikita naming lubusan na ang pagtitiwala ni Kasie sayo at hindi namin gustong masaktan siya.", It was Mom in a begging tone.

What the hell is happening? Hindi sumagot si Alas kaya narinig kong sumunod na nagsalita si Daddy. "I hope your connection will remain a secret until the day we finally decided to reveal it to her, hijo. Mahal na mahal namin siya."

I can't see their expressions kaya hindi ko mawari kung nagbibiro lang ba sila o seryoso. May hindi ba ako alam? Hearing those words made me question something na alam ko namang hindi dapat kinukwestyon. But I can't help asking myself...

*Sino ba talaga ako?*

# KABANATA 12: Picture

My daily routine went back to normal when the classes resumed. Summer has never been that long as I remember. From my new experience to the things that constantly bug me after eavesdropping to their conversation that night.

Nang pumasok ako ng tuluyan ay naputol ang pag-uusap nila at umuwi si Alas na parang walang nangyari. Mas lalong nadadagdagan ang pagdududa kong mayroon nga akong hindi alam. But what hurts me is the fact na tinatago nila iyon sa akin.

"Salamat po, Manong", saad ko matapos akong pagbuksan ni Manong Henry ng pintuan ng kotse.

I made my way towards the mansion's main door only to find out that it was widely opened. Kanya-kanyang hakot ang mga tao ng boxes mula sa attic kaya hindi ko napigilang lumapit sa isa sa mga kasambahay.

"Ano pong gagawin niyo sa mga iyan?"

Lumingon siya sa akin at sumagot ng marahan, "Ah, ido-donate na po ang ibang lumang gamit sa kalapit na orphanage, Ma'am Kasie. May gaganapin kasing charity drive ang sister company ng pinagtatrabahuhan ni Sir Klaudio."

Nakakaunawa akong tumango at nagpatuloy sa paglalakad patungo sa hagdanan. May nakasalubong pa akong isang trabahador na may dalang isang kahon.

Nang makalapmas siya ay hahakbang na sana ako ng isa pang baitang pataas kung hindi ko lang napansin ang isang papel na nahulog mula marahil sa dala ng mama kanina.

Pinulot ko iyon at nakita ang isang lumang litrato nila Mommy at Daddy. Kapwa sila nakangiti habang nakatingin sa camera. It was just a simple photo, not until my eyes landed on the date it was taken.

*Isang buwan bago ako ipanganak?*

Pero bakit...wala man lang baby bump si Mommy? She's wearing a body-hugging dress in the photo at kahit anong pilit ko ay hindi talaga siya buntis dito.

*A-anong ibig sabihin nito?*

No, no. Baka...nagkamali lang ang petsa. It can't be! It just can't!

I was trembling while going down the stairs, asking the maids where my parents are. Gulat pa sila dahil sa panginginig ng boses ko ngunit sinagot din ako kaagad.

"Nasa opisina po sila ni Sir, Ma'am Kasie."

Halos liparin ko ang distansya ng sala at opisina ni Daddy. Pagdating doon ay hindi na ako nag-abalang kumatok at basta nalang pinihit pabukas ang pintuan.

Gulat na napatingin silang dalawa sa akin ngunit agad ding nakabawi.

"What is happening, Kasie? Is something wrong?"

"Something is definitely wrong Mom! Ano 'to?"

Binagsak ko sa center table ang picture at mapait silang tiningnan. "Hanggang kailan niyo itatago sa akin ang totoo?"

Namutla silang dalawa, confirming the nightmare I wish to not have. "Na…hindi niyo naman talaga ako anak?" nabasag ang boses ko dahil sa pag-iyak.

Bumuntong-hininga si Mommy at sinubukan akong lapitan pero nang umatras ako ay hindi na siya tumuloy.

"You got it all wrong, baby. Anak ka namin, flesh and blood. The picture, we'll explain that to you soon. Hindi ka namin bibiglain."

"Really Mom? Hindi ba kayo nagsisinungaling? Look, if you're lying to console me, then cut it. Gusto ko lang malaman ang totoo, please…"

Nagkatinginan silang dalawa and this time ay si Daddy naman ang nagsalita, "We are telling nothing but the truth here, Kasie. You are our own daughter. Do you want a DNA testing para mapanatag ka?"

Para akong nabunutan ng tinik sa lalamunan dahil doon. But the picture…

"Kagaya ng sabi ng Mommy mo kanina, darating din ang tamang panahon para malaman mo ang dahilan sa likod ng picture na iyan. Hindi muna ngayon."

*\*\**

*"Nasaan ka ba kasi? Nag-aalala na kami sayo!"* Bulyaw lang ni Yrin sa kabilang linya ang naririnig ko dahil sa lalim na ng gabi.

Matapos kasi ang eksena sa opisina ni Dad kanina ay napagpasyahan kong maglakad-lakad para narin makahinga. Kung magkukulong kasi ako sa kwarto ay baka mag-isip ulit ako ng kung ano-ano.

"Nagpapahangin lang. Uuwi din naman ako pagkatapos, don't worry."

*"Paano ako hindi mag-aalala kung alam kong hindi ka pamilyar sa pasikot-sikot dito sa San Sebastian? If there's one thing you're bad at, it's directions. Baka maligaw ka, hoy!"*

Natawa lang ako sa sinabi niya dahil hindi ko iyon maipagkakaila. Sasagot na sana nang may biglang humbalot ng mahina sa aking braso. When I turned to see who it was, Alas' sweaty figure greeted my sight. How did he...

*"Kas? Nandyan ka pa ba?"*

Para akong nabingi dahil sa lakas ng tibok ng puso ko. I am now staring at him while he was still catching his breath.

"Why did you run away from home, Sol? Alam mo bang nag-alala ako sayo? Halos libutin ko na ang buong San Sebastian para mahanap ka!"

Frustration was evident in his voice, but there was also something else apart from that. If I am not mistaken, was that...*fear?*

Huminto ata sa pagproseso ang utak ko kaya hindi ako makahanap ng tamang salita para sagutin siya.

*"Si Alas ba iyon? Ay okay na pala kung hindi ka muna umuwi, Kas! Naku nung nalaman niyang nawawala ka ay*

*hindi na nahinto sa pag-ring ang cellphone ko, kahit yata pulis nilapitan na—"*

I can't even properly comprehend what nonsense Yrin is saying on the other line.

"Sumagot ka naman, please? May problema ba sa bahay niyo o ano? Pwede mo sabihin sa akin…makikinig ako." His voice was soothing my whole soul while saying that. Just…what is this? Or rather, why am feeling like this? Am I…doomed?

*"Ano yan? May aminan na bang nagaganap sa—"*

That was my cue to collect myself. I quickly ended the call dahil baka kung ano pa ang masabi ng babaeng iyon. I eyed him apologetically.

"Sorry about that, masyado lang malawak ang

imagination ni Yrin."

"Anong ibig mong sabihin?", nakakunot-noong tanong ni Alas.

I noticed how he is still holding my arm. Para siyang natatakot na mawala ulit ako at hindi na naman mahagilap. I gently removed his hand from me and seated on the nearby bench.

"I'm talking about the crazy things she's saying a while ago." I even laughed a little to lighten the atmosphere. "Anong 'aminan' eh magkaibigan tayo at—"

I halted in my words after seeing his serious face. Nagtatanong ang mga mata ko habang tinitingnan siya kaya tumawa siya ng pilit at umiwas ng tingin. Umupo siya sa gilid ko, giving a safe distance between us.

I always thought that I can say something and express my stand in anything even if it's thrown to me by chance and unannounced, but his next words were fair warnings that I am... not.

"Paano kung...may aamin nga?"

"I like you. Matagal na..."

# KABANATA 13: Amin

"Gusto kita," walang kaabog-abog niyang sabi

"W-what? Did I hear it right? Y-you—"

"Yes. I like—no I am in love with you Kasie Herano."

"You know you can't Alas. We're friends!" I shouted in horror.

He chuckled humorlessly. There is no sign of life in his eyes. Ito ang unang beses na nakita kong ganoon ang mga mata niya.

My heart throbbed in pain.

"I am not obliging you to love me back, Sol. I-I just want to get this off my chest."

*No, please.*

"I may be a jerk for feeling like this for you. We were just supposed to be friends but my heart crossed the line. Hindi ko na napigilan, k-kasi nung namalayan ko ay hulog na hulog na ako sayo...

...this is the first time my heart leaped a beat, the first time I wanted time to move slower, the first time I believed in fate. You are the reason for these breathtaking first times, Sol."

His hoarse voice started breaking. I can see beads of tears forming on the corners of his eyes.

*Alas...*

"I love you too much now, Kas. Kaya please, kahit huwag mo nang suklian, let me just show it—

"Let's talk some other time, Alas." I started picking my bag in a hurry before standing up and walked past him.

"Naguguluhan ka lang. Maybe that isn't love—

"But it is, Kas! Mahal kita and I am sure of it." I stopped walking. Nakatayo ako habang nakatalikod sa kanya. "I've never been this sure all my life. Are you numb?"

*'No. I am not. Natatakot lang ako.'* My mind whispered but my mouth can't seem to voice that out.

Natatakot akong isugal ang pagkakaibigan namin. Countless thoughts were clouding my mind, and I can't think straight!

*What if hindi kami mag-work? Can we be friends again?* Definitely not, that would be awkward.

Call me selfish, but I want to keep him with me. Even if that means staying friends with him forever. Just friends. Nothing more, nothing less.

I am not numb. I can feel his longing gaze every time I'm not looking at him. I can feel how gentler his voice with me than his voice while talking to other acquaintances. Ramdam ko lahat ng iyon ngunit takot akong kumpirmahin. Dahil sa sinabi ko na, I just want us to stay in the safest status we could be.

"We're better off as friends, Alas. Alam mo iyan."

Hindi na ako nag-abalang lumingon dahil alam kong mas mahihirapan akong itulak siya palayo kapag ganoong nakikita ko ang mga malungkot niyang mga mata. The heavy atmosphere surrounds us, and gone the usual elated Alas.

"B-baka masyado ka lang overwhelmed dahil palagi akong nasa tabi mo. Palagi mong sinasabing walang nakakakita ng totoong nararamdaman mo maliban sa akin. You always wanted a listener at nakita mo iyon sa katauhan ko. Huwag kang malito Alas. Maybe you just misinterpreted your gratitude as something else."

He sighed na para bang kay bigat ng dinadala niya. "It is *my* feelings we're talking about, Solar. You can doubt anything but not my love for you." He paused a little to gasp for air. His every move was controlled that I can already sense his rising frustration.

"Don't worry. Hindi kita bibiglain."

I just stood there, unmoving and waiting for his next words. My mind may not admit it but for a fact, my heart is anticipating something good.

"I will be gone for a month."

What?

"May conference sa Thailand at mga SSC President around Asia ang dadalo."

Kung gaano ako kabilis kabahan ay ganun din kabilis lumuwag ang aking naramdaram pagkatapos ko iyon marinig.

"Pagkatapos kong gampanan ang tungkulin bilang SSC

President...tungkulin bilang manliligaw mo naman."

Tuluyan na akong humarap sa kanya. "What the hell are you talking about?!"

He shrugged his shoulders and there back his charming smile. Nakikita ko na ulit ang dalawang biloy sa magkabila niyang pisngi. *Bipolar ba siya?*

"Hindi kita pinapayagang manligaw!"

"It's not for you to tell, Sol."

"As I've said earlier, hindi pagmamahal iyang nararamdaman mo para sa akin! Are you nuts? Akala ko ba ay matalino ka, ha?!"

My throat is starting to ache due to my irritated quirks but the brute just laughed at me! He took a step closer, making me bite back the words I was about to shout at him.

"Exactly my point. I'm done with words and it's time to put it to action. You won't believe me if sasabihin ko lang. Isa pa, my future girlfriend deserves every bit of effort I can give."

Hindi niya ako hinayaang makapagsalita dahil unti-unti niyang niyuko ang lebel ng mukha ko. I am glad that he kept his distance. Nagpatuloy siya sa pagsasalita. *Seriously, kailan ba siya matatapos?*

"So...I'll see you in month. Hmm, Solar?" I was startled when something soft brushed the tip of my nose. Bago pa man ako maka-react ay tumakbo na siya sa aking likuran—kung saan niya p-in-ark ang bisikleta niya kanina.

Sinundan ko siya ng tingin at nakitang naroon na pala si Manong. Tinawagan niya?

*"Paki-ingatan po, Manong. Liligawan ko pa iyan."*

"Anong binubulong mo kay Manong, ha, Alas?!"

"Wala. Mauna na ako, bye Sol!" He waved his free hand and drove away. Nagtatanong kong tinignan si Manong pero ngumiti lang siya ng nakakaloko. "Tara na po, Ma'am."

Wala na akong nagawa kundi ang pumasok sa sasakyan. Habang nasa biyahe ay hindi ko mapigilan kabahan sa maaaring kahihinatnan nito. *Ang tigas ng ulo ng lalaking iyon.*

Sighing to myself, I just throw my worries away. Wala pa namang isang buwan. Let's just cross the bridge when we get there.

Maybe he's worth the risk after all.

*** 

"—napaka-antipatiko lang diba—Kas? H-hello, may kausap pa ba ako?"

Napatingin ako sa nakasimangot na Yrin mula sa pagkatulala. "Sorry, what was that? May iniisip lang ako."

Bumuntong-hininga siya. Nandito kami sa isang coffee shop malapit sa school. Vacant namin at three to five pa ang susunod na subject kaya tumambay muna kami dito.

The memories from last night were still clear to me.

Ni halos wala kong tulog dahil sa naging pag-amin ni Alas.

"Ay, talaga namang. Saang planeta ka ba nagsusuot, Kas? May problema ka ba?" *Meron.*

"Wala."

Naniningkit ang mga matang tinitigan niya ako. "Sigurado ka?"

"Yeah. Itigil mo nga iyan. You look creepy." Ngumuso siya dahil doon. "Grabe ka na ha! Hindi ako kasingganda mo, pero maganda parin naman ako ah." Nagmamaktol pa siya habang sinasabi iyon.

"By the way, alam mo na ba?"

"Ang alin?"

"Si Alas, may kinikita raw na babae."

Talaga lang ha? Kaka-confess niya lang kagabi ay mayroon na agad iba? I took my coffee and sipped a bit while listening to whatever Yrin has to say.

"Ang cheap nga ng lalaki na iyon! Hindi ko lang natanong kung kailan, pero akalain mo namang sa children's park lang dinala iyong bab—

Bigla akong nabilaukan at naubo. Hayop na 'yan!

"Are you okay?"

Ibinaba ko muna ang tasa at nagpunas ng bibig. "Y-yeah. Masyado atang matamis."

She raised a brow at me. Why? What did I say? Wait...

"Black coffee with no sugar and creamer iyang order

mo, Kas."
*Oh damn.*

# KABANATA 14: Reply

Pawang shared posts ng mga schoolmates namin mula sa page ng school paper ng SSSU ang nakikita ko sa cellphone ni Yrin.

She's scrolling her news feed as of the moment at nakikibasa ako.

"Grabe, Alas is dominating my news feed! Parang artista ang dating ng loko," she jokingly said.

Lumingon siya at nahuli akong nakikitingin sa cellphone niya.

"Miss mo na?"

Nilipat ko sa kanya ang tingin at tinaasan siya ng kilay.

She raised both of her hands in defeat. "Easy, I'm just kidding. Kasi naman, nag-away ba kayo?"

Umiwas ako ng tingin habang umiiling. "Hindi…"

Hindi naman talaga.

"Kung ganon, bakit hindi ka sumama kanina?"

She was talking about Alas' departure. Inaya kasi niya akong sumama sa paghatid kay Alas sa airport, but I can bring myself to do so. Hindi ko pa alam kung paano siya haharapin.

I can't act like no confession happened. It would be too hypocrite of me.

"It's not a big deal naman siguro if I don't send him

off?"

Naniningkit ang mga matang tiningnan niya ako. "Are you implying something?"

I shrugged my shoulders at binalewala nalang ang mapang-akusa niyang titig. "No, just stating a mere fact."

"Kasi, it's so not you. Halos hindi nga kayo mapaghiwalay tapos biglaang hindi kayo mapaglapit. Really, what's happening ba?"

She grew more curious that I had to refrain myself from shouting at her. *This kid...*

"You're just overthinking things."

"Talaga lang ha? Bakit parang guilty ka?"

"Just shut up, okay? Wala kang mahihita sakin."

Tiningnan niya pabalik ang cellphone. "Okay, maybe si Alas nalang ang tatanungin ko. Mukhang hindi rin naman ako makakakuha ng matinong sagot mula sayo—"

"Fine!" Pikit-mata kong sigaw. "He confessed to me, okay? Sinabi niyang may nararamdaman sya para sakin. I can't face him dahil hindi ko parin napoproseso ang lahat."

Nalaglag ang panga niya habang tinitingnan ako. "A-ano?"

"You heard it right. That night in the park—"

"—ikaw 'yong kasama niya?!"

"Yes. Ako nga. That was the time he confessed out of worry and frustration."

Mukhang hindi na siya humihinga dahil sa gulat. *Was my revelation to much?*

I snapped my fingers, dahilan para matauhan siya. "I never knew this was it. Akala ko ay tinatraydor niyo na akong dalawa."

Her reaction wasn't the same as what I pictured it out to be. *Hindi siya galit?* Mukhang nabasa niya ang reaksyon ko kaya natawa siya.

"Hindi ako galit, pwede ba? Masaya nga ako. Pumusta kaya ako sa loveteam niyo, matagal na."

Anong...

"By the way, bakit nakikitingin ka lang sa cellphone ko, wala ka bang facebook?"

Umiling ako. "Wala, Instagram lang, pero inactive."

"Talaga? Anong username mo?"

Kinuha ko ang sariling cellphone at binuksan ang nasabing application. Pinakit ako iyon sa kanya. "Here."

"Grabehan naman ang pagka-secretive natin, Kas. Bakit private?"

Bakit ba ang daming problema neto? "Wala lang, this was exclusive for close friends and relatives."

"Sige na nga, magre-request follow ako ha?"

Bumuntong-hininga ako habang kinakalikot ang

cellphone. When everything was done, I got to see Yrin trying to take a selfie with me. "Smile ka dali."

She was all smiles while I was staring at the camera with bored eyes. After that, I got a new notification, saying that a certain @georgyrin tagged me in a story.

"Grabe, ang dami agad nagreact!"

I glanced at her phone only to see that her Instagram was connected with her facebook, meaning marami narin ang nakakaalam ng account ko.

Hindi nga ako nagkakamali dahil makalipas ang ilang minute, maraming follow request ang natanggap ko. Nangunguna roon ang kay Alas.

I accepted it and followed him back.

Not long after, a message popped. When I look at the sender, it was him.

*Larreon Fabian*

*Hey...*

I wanted to reply pero hindi ko alam kung ano. Nakita niya sigurong sineen ko na kaya nagchat siya ulit.

*Larreon Fabian*

*I'm sorry.*

Hindi ko alam kung ano ang hinihingan niya ng tawad. Was it his feelings?

*Larreon Fabian*

*Not for loving you, but for confessing plainly just like that. You deserve the effort, hindi lang talaga ako nakapaghanda.*

May emoji pa sad ulo na parang nahihiya.

"Ang cute naman."

That wasn't me.

Nang malingunan ko siya ay agad siyang umayos ng upo. "Hindi mo ba alam na hindi mabuting nang-uusisa ng usapan ng iba?" I scolded her.

She pouted while scrolling her phone again. "Kung siya, okay lang." Pabulong pa niyang sabi.

"May sinasabi ka?"

"Wala."

Tiningnan ko ulit ang sariling phone at nakitang may bago nanamang message doon.

*Larreon Fabian*

*Sol?*

I started replying.

*Katrein Solarix*

*Yes?*

*Larreon Fabian*

*At last, you replied. Was I bothering you, or interrupting something?*

*Kastrein Solarix*

*Hindi naman.*

*Larreon Fabian*

*Mabuti naman. Talk to you later, tinatawag na kami.*

**Kastrein Solarix**

*Have a safe flight, take care of yourself.*

**Larreon Fabian**

*Got it, baby.*

*Huh?* I was shocked at his reply that my phone fell from my grip. Napansin iyon ni Yrin kaya akmang kukunin niya ang nahulog na phone pero inunahan ko siya.

She eyed me curiously, "Hoy, ano yan? Kasie ha, naglilihim ka na sakin ngayon."

Hindi ko na pinansin ang pagmamaktol niya at tiningnan ulit ang nakabukas parin palang chatbox.

**Larreon Fabian**

*\*babye*

**Larreon Fabian**

*Pasensya na, naka-autocorrect kasi ang keyboard.*

Ah okay.

***

Kahit malayo ang ginanapan ng conference ay parang hindi ko man lang iyon gaanong namalayan.

Bukod kasi sa pagiging busy namin para sa isang group project, pakiramdam ko rin ay mabilis lang ang panahon dahil ni isa ay walang mintis sa pag-uupdate si Alas.

Kagaya na lamang ng mga random na ginagawa nila doon.

*Larreon Fabian*

*Nag-almusal na kami, pero parang babaliktad yata ang sikmura ko.*

*Kastrein Solarix*

*Why is that?*

Nag-alala naman ako. Was he allergic to the servings? Sana ay sa iba nalang siya kumain, iyon sigurong pamilyar siya sa lasa.

*Larreon Fabian*

*Hindi ko gusto ang amoy ng pabango ni Jirah.*

Jirah? Hindi ba mga presidents lang ang kasama sa conference?

*Larreon Fabian*

*Alam ko ang iniisip mo ngayon, pero ako hindi ko rin alam.*

Talaga lang ha.

*Larreon Fabian*

*Baka siguro dahil sa connections ng Daddy niya.*

Mga ganoong usapan lang. Minsan sinasabi pa niya kung anong pangalan ng mga dishes na pinapakain sa kanila. May isang beses pa nga na nagsend siya ng picture habang nakatayo sa isang stage.

*Larreon Fabian*

*\*sent a picture*

***Larreon Fabian***

***Natawag ako as sharer ng insight sa workshop kanina, Sol. Grabe iyong kaba ko.***

***Kastrein Solarix***

***And then? Did you nail it?***

***Larreon Fabian***

***Well, ginawa ko lang ang makakaya ko. May mga magagaling din naman na iba kaya hindi ko masasabing ako iyong 'pinaka'.***

*Pahumble.*

I never heard him brag about something. Not a single achievement or anything. *How pure…*

***Kastrein Solarix***

***I'm proud of you.***

It took him minutes before reacting to my message. Ganoon ba ka nakakagulat, Alas?

***Larreon Fabian***

***Maraming salamat…Sol.***

Hmm, why not shake him a bit? Just a little…

***Kastrein Solarix***

***You're welcome. Matutulog na ako, baby.***

Mas mabilis pa sa kidlat siyang nagtipa ng reply.

***Larreon Fabian***

*Huh?*
*Kastrein Solarix*
*\*babye*

# KABANATA 15: Sole

"Sa wakas, Friday na!"

I was collecting my things and putting them inside my bag when I heard Yrin beaming happily in her seat. Maagang natapos ang last subject namin before lunch kaaya maaga din kaming kakain.

"Anong meron sa Friday at parang exited ka?"

"Ay nakalimutan mo ba? Ngayon uuwi sina Alas mula sa conference nila overseas!"

Iyon lang naman pala, uuwi lang naman sila.

Teka...sino nga uli ang uuwi?

"Oh tapos?"

Nilingon ko siya dahil lumapit na siya sa akin.

"Ano pa? Edi aasenso na ang buhay pag-ibig ng isa diyan."

Sabi ko na nga ba. Bagot ko siyang tiningnan at uwimas kapagkuwan. Natapos ko rin ang ginagawa at nagsimula nang maglakad palabas ng classroom.

"Tigilan mo nga ako, Yrin."

Humabol naman siya matapos makuha ang sariling gamit. "What? May sinabi ba akong ikaw? Ang defensive natin ha!"

"You are annoying me these days, you know that?

Pareho kayo ni Davis."

Nalukot ang mukha niya at umaktong nandidiri.

"Yuck, pwede ba huwag mong isama sa iisang sentence ang pangalan ko sa pangalan ng lalaking iyon."

*Gotcha.*

"Why not? Totoo naman."

"Fine. Hindi na kita kukulitin tungkol sa inyo ni Alas basta ba huwag mo nang mabanggit sa harap ko ang lalaking iyon. Kumukulo lang ang dugo ko."

The side of my lips twitched for a smirk.

"Deal."

Nagpatuloy kami sa paglalakad pero ngayon ay tumahimik na siya sa gilid ko. Mabuti naman.

*Bagay talaga sila ano?*

*Sino?*

*Sino pa, edi iyong President at Secretary ng SSC!*

Ang aga at marami na agad ang bulongan sa paligid. Ano nga ulit ang narinig ko? President? Secretary? SSC? Are they talking about Alas and Jirah?

Yrin suddenly approached the group of girls and started asking for tea. Seriously...?

"Excuse me, what are you gossiping about?"

"Wala naman, Miss."

Mukhang nasindak ang dalawa sa kanila, pero may isang namang mukhang palaban.

"Really? Baka hindi niyo pa alam, Alas is courting someone else, and definitely not that Jirah."

"Ano bang problema mo, Miss? Hindi naman kami gagawa ng kwento kung hindi naming sila nakita."

Nilapitan ko na sila at pinigilan pang magsalita ulit si Yrin.

"Bakit ano bang nakita niyo?"

"Stop it, Yrin. Tara na."

Lumingon siya sa akin na magkasalubong ang kilay.

"Ito kasi Kasie eh!"

Tinitigan ko siya at nakuha niya namang hindi ko na gusto ang ginagawa niya.

"Tara na."

"Fine."

Nang maglakad kami palayo ay narinig pa naming umingos ang dalawang babae pero hindi na namin ito pinansin.

Nakasalubong namin ang kanina lang ay laman ng mga bulungan. Alas was all smile while trying to say something but stopped his waving hand midair.

Hindi ko na sila tinapunan uli ng tingin at pumasok na sa classroom na isang pinto nalang mula sa amin.

\*\*\*

"Are you with us, Miss Herano?"

I was pulled back from my reverie when my instructor suddenly called me.

"Yes, Ma'am. I'm sorry but, can I go out for a while?"

"Sure, go ahead."

After getting her permission and going out of the classroom, I ran my way to the nearest comfort room. Pumasok ako sa isang cubicle at sumandal sa pintuan niyon.

Damn. Why am I feeling like this? Wasn't it clear to me na hindi pwede? Lumabas ako sa cubicle upang maghugas ng kamay only to find out that Yrin followed me here.

Tiningnan ko siya mula sa salamin at bumuntong-hininga.

"I don't know what to do anymore Yrin."

"Why? What happened K?" She asked while looking so worried.

"Damn! I am in love with him! Hindi ko alam kung kalian nagsimula. I just woke up one day, feeling this way for Alas."

Kusang tumulo ang mga luhang kanina ko pa pinipigilan. I feel so bad! Falling for a friend. That's just so sick of you Kastrein!

Yrin held my hand and looked at me with understanding. I just let my eyes pour every single tear in my glands.

"It's alright Kasie. Ano naman ngayon? I can see the mahal ka rin naman ni Alas so why cry your heart out with the realization?"

"I just feel awful Yrin. Ang lakas ng loob kong sabihin sa kanya na hindi dapat nahuhulog sa isa't isa ang magtropa pero tingnan mo ako."

She just let me pour my sentiments and accompanied me until we heard the bell ringing, palatandaan na tapos na ang subject na iniwan namin kanina.

I fixed myself and we went out. Bumalik kami sa classroom at nakitang naroon si Miss.

"Miss Herano, can I ask you a favor please?"

"Sure Ma'am. Ano po iyon?"

"Pwede bang papirmahan mo ito sa president ng student council? I have something urgent to attend to and his signature is badly needed for this one."

I was contemplating whether to accept in or not. Can I face him now? Pigil-hininga ko iyong kinuha at tumango ng marahan, "Sure, Ma'am."

Yayayain ko na sana si Yrin na samahan ako pero nakita kong may katext siya kaya hindi ko na inistorbo. Vacant kami hanggang uwian kaya napagpasyahan kong ngayon nalang pumunta sa opisina ng student council.

Ilang katok na pero wala paring nagsalita sa loob kaya pinihit ko na ito pabukas. There was no one when I looked around the office.

Pumasok nalang ako ng tuluyan at ilalagay nalang sana sa lamesa ni Alas ang papeles nang makita ko siyang natutulog sa couch. Medyo tago ang kinalalagyan nito at nakatalikod sa pintuan kaya hindi ko napansin kanina.

I squatted in front of him and tried calling his name, but I noticed the wireless earphones in his right ear.

Tinitigan ko lang siya ng ilang segudo bago ko napagpasyahang ayusin ang buhok niyang medyo magulo.

"Were you too tired to contact me about your arrival?"

I kept brushing his hair with my hand while whispering.

"Sana lang ay hindi mo gaanong pinagod ang sarili mo doon. Don't make me worry, okay?"

What am I doing? Talking to a sleeping person? Ayos lang ba ako?

"Maybe you're wondering bakit ganito nalang ako kung mag-alala sayo but please, don't ask me, dahil hindi ko din alam…"

Am I really doing this for real?

"…hindi ko alam kung paano at kailan nagsimula. I've never been this dotting to anyone before, sayo lang."

I sighed while remembering that night.

"Please believe me when I say that I'm into you. Tama ka, masyado lang akong duwag para aminin na nakadepende na sayo kung paano ako sasaya. I may not admit it before but, my heart knows who is it beating for."

From his hair, I held his cheek with my hand. My free hand wiped the sole tear that escaped my eye. Damn, finally…I was able to say that out loud.

"Mahal kita."

I heard some muffled noises kaya napatayo ako sa gulat. When I looked at the door, there I saw Yrin with Davis. Kapwa sila may hawak na cellphone.

Napatigil kaming tatlo at nakabawi lang nung binatukan ni Yrin si Davis.

"Ang ingay mo kasi!"

"Huh? Bakit ako?"

Kanina pa ba sila?!

We were all dumbfounded at each other's presence. Why are they here?!

Mas lalo pang nanlaki ang mga mata ko nang narinig kong nagsalita ang kanina lang ay tulog, "Bakit ang ingay?"

*Oh damn.*

# KABANATA 16: Earphone

Natatawang hinihila ni Davis si Yrin paalis habang iwinagayway ang cellphone, "Wala, Par. Pasensya na, mauna na kami."

Nang makaalis na ang dalawa ay nilingon ko si Alas. Nag-uunat pa siya ng braso habang tinatanong ako, "May kailangan ka, Sol?"

Hindi naman niya siguro narinig...hindi ba?

"Ah, may pinapipirmahan lang iyong isang instructor, pero babalikan ko nalang. Nasa desk mo lang yon."

Umakto akong parang walang nangyari dahil baka magusisa pa siya.

"Sige, salamat."

Akmang aalis na ako nang bigla siyang magsalita, "Mahirap ba?"

"Ang alin?"

Lumapit siya sa kinatatayuan ko habang nakatingin ng diretso sa akin. "Ang magustuhan ako."

*Huwag mong sabihing...*

Kinuha niya ang isang earphone at nilagay iyon sa kaliwa kong tenga. I flinched at the sudden touch of his fingers on my ear. *Was that they've been calling as...spark?*

After successfully putting it on, he played something on his phone. Seconds later, I heard my familiar voice.

Did he…

"I recorded it."

Akala ko ay tatawanan niya ako dahil sa nalaman. I am a laughing stock at the moment, I surely am!

Pero iba ang sinabi niya.

"Masyado bang nakakahiya para sabihin nalang sa akin ng diretso?"

He's using the same pained voice he used that night.

Iyon ba ang akala niya? Na kinakahiya ko ang nararamdaman para sa kanya? I wanted to tell him that he got the wrong thought.

*Hindi sa ganoon…*

I wanted so bad to wiped that sad look in his eyes, pero paano? Paano kung noon paman ay hindi ko na alam kung paano magpahayag ng saloobin?

Masyado akong nasanay na hindi na sinasabi ang gusto dahil binibigay naman sa akin ang lahat, kahit iyong mga hindi ko hinihingi.

Ngayon ay hindi ko matanto ang mga wastong salita para ipaalam sa kanya kung ano ba talaga siya sa akin.

Kaya naman ay nag-iwas nalang ako ng tingin at dumiretso sa pintuan. I…need to get out of here, fast. Baka kung magtagal pa kung kung ano pa ang masani ko.

I can be reckless at times, and I can ruin moments like this because of that. As usual, Alas has his way of reasoning out and bargaining something with me.

"Makakaalis ka muna sa ngayon. Pero sana sa susunod ay malinaw na natin ito pareho."

That halted my steps. How can he be so considerate, knowing that it's his feelings that would be put along the edge?

"You can take your time, Sol. Maghihintay ako. Hihintayin kita."

*Was I a hero in my past life to be loved like this?*

Because Alas was someone more than enough, more than anyone could pray for.

I nodded as response dahil sang-ayon ako sa sinabi niya.

*Next time, I promise, there's no running away anymore, Alas.*

\*\*\*

Christmas is fast approaching kaya hindi nakapagtataka kung bakit marami nang dekorasyon sa paligid ng hacienda. The fountain was even surrounded with colored bulbs na kasalukuyan pang kinakabit ngayon.

The school's Christmas party will be in a few days at may kanya-kanya ng haka-haka ang ilan kung saan nila gustong magdaos.

Allowed kasi sa SSSU na sa labas ng school premises mag-celebrate. Malalaki na naman daw kami at kaya na naming maging responsable.

For the past months, Alas never failed in making me feel special. Our routine was still the same, and to my surprise, he never mentioned anything about that thing again.

I find it comfortable, na hindi niya sinisingit ang usapang ligawan sa mga bagay-bagay na ginagawa namin ng magkasama.

It's wholesome. How we took our time knowing each other, even without the official *label*. We are happy, and that's what matters to us both.

It was like we were keeping each other as companions…more than a mere friend. We got each other's back, and that's enough…for now.

\*\*\*

I got a call from Yrin earlier today.

"Kas, sa isang beach daw tayo malapit sa bayan magpaparty. De la Valiere daw iyong name."

"Ah ganun ba, sige sasabihin ko kina Mommy."

"Sabihin mo na rin na overnight tayo dun ha?"

"Wait, hindi ko alam 'yan. Bakit overnight?"

"Gusto kasi nilang sulitin ang binayad sa rooms. Mahal kasi."

\*\*\*

The day came and we all gathered outside the school's front gate. Nagsisidatingan na ang mga classmates namin. Nandito narin ang shuttle na nirentahan kaya mga ilang minuto nalang siguro at aalis na kami.

Nang mag-alas nuwebe ay nakumpleto na ang lahat at nagsimula na kaming umakyat. As expected ay magkatabi kami ni Yrin. May narinig akong usapan sa likod namin.

"Alam mo ba, same resort lang tayo sa student council."

"Ay talaga ba? Maganda nga kaya iyong resort para magkaparehas pa tayo ng venue…"

May kadugtong pa iyon ngunt ang nakakuha ng atensyon ko ay ang sinabi nilang tungkol sa student council. *Nandoon din siya?*

Nagsimula nang umandar ang shuttle at nagsitulugan na ang mga kaklase namin. Nasa gilid lang ako ng bintana kaya hindi ko magawang matulog. Magaganda kasi sa mata ang mga halamang nadadaanan namin.

I was wearing my earphones kaya hindi ko na narinig ang kung ano man an ini-announce ng driver. Nagtaka nalang ako nang biglaang huminto ang shuttle.

Natutulog parin ang ilan. Nang tumingin ako sa labas ng bintana ay nakita kong may nakahintong bus sa unahan. Mukhang tumirik dahil nagsilabasan ang mga sakay nito.

Pamilyar ang mga mukha ng ilan. Ibinalik ko sa nagsasalitang driver ang tingin. Sa pagkakataong ito ay tinanggal ko ang earphones upang maintindihan ang sinasabi niya.

"—dito muna sasakay ang ilan, kung ayos lang sa inyo."

Nilingon ako ng ibang gising at tinanong kung ayos lang ba sa akin. Tumango naman ako bilag pagsang-ayon. *Wala naman sigurong masama, hindi ba?*

May nagsi-akyatan na at ang ilan doon ay namumukhaan ko pa. Lalo na ang isa na napatigil nang magsalubong ang tingin namin.

*Alas…*

Ilang araw ko din siyang hindi nakikita dahil busy sila sa SSC. Kaya ngayon na nagkita kami ulit ay parang hindi ako makahinga sa lakas ng tibok ng puso ko.

Mukha namang ganoon din siya dahil kung hindi pa nagsalita ang driver ay hindi siya maaalis sa kinatatayuan niya.

"Ang mga wala nang maupuan ay pwede namang tumayo nalang. Basta ba ay kumapit lang kayo ng mabuti sa hawakan."

Nang makarating malapit sa amin ay tila nahihiya pa siyang ngumiti. "Hi…"

He then looked away, for me take a look at his blushing ears which I find too adorable. "Hey…"

May bakante pa sa unahan namin kaya doon na sana siya mauupo nang may babae pa palang nakasunod sa kanya. *Jirah…*

*Magkasama sila?*

Mukhang napansin niyang nakatitig lang ako sa likuran niya kaya lumingon din siya. Nang makita si Jirah ay hindi na siya umupo ng tuluyan at ibinigay nalang ang upuan sa babae.

Nahihiya naman itong ngumiti at nagpasalamat bago maupo. Sa gilid ni Yrin tumayo si Alas kaya umiwas na ako ng tingin.

Makalipas ang ilang saglit ay dinalaw na ako ng antok at hindi na napigilang pumikit at lamunin ng dilim. Mahaba pa naman ang biyahe kaya ayos lang siguro na umidlip muna saglit.

*"—ba, huwag ka ngang maingay!"*

*"Basta sinasabi ko sayo, Yrin—"*

*"Huwag mo ngang banggitin ang pangalan ko, hindi tayo close—"*

*"Gann oba kaclose para matawag na kitang—"*

*"Tumahimik ka nga, baka magising pa sila!"*

Those whispering voice wake me up from slumber. Tuluyan na akong nagising at napagtantong nakahilig ako sa balikat ng kung sino, dahilan para makatulog ng mahimbing.

Tumingin ako sa kinatatayuan ni Alas kanina, only to see Davis there with Yrin holding her phone while taking a picture of us. Wait, *us?*

Napatigil sila sa pagtatalo ng pabulong at kapwa ngumiti ng hilaw.

"Good morning, Kas? Nakatulog ka ba ng maayos?"

Napakunot namna ang noo ko dahil doon. Teka, kung nakatayo si Yrin, sino ang—

Napabalikwas ako ng bangon mula sa pagkakahilig sa natutulog na Alas. *Why is he here? Hindi ba dapat ay si Yrin ang nandito?*

"Naawa kasi ako Kas, kanina pa nakatayo. Halos isang oras pa ang biyahe kaya nagpalit muna kami. Mukhang hindi sanay kasi."

Hindi ko masyadong maintindihan ang sinasabi ni Yrin dahil inayos ko ang posisyon ni Alas. I slowly guided his head towards my shoulder. This time, siya naman ang nakahilig sa akin.

He must be tired from standing too long.

"Ang plastic ha, para namang marunong ka tumayo sa bus."

"Marunong kaya—"

Nabitin sa ere ang sasabihin na sana ni Yrin dahil biglaang nag-break ang driver dahilan para hawakan ko ang ulo ni Alas.

Halos masadsad naman sa sahig ang mukha ni Yrin dahil sa impact kung hindi lang nahawakan ni Davis ang bewang niya.

Nakatigil sila pareho habang nakatingin sa mata ng isa't-isa na para bang gulat na gulat sa nangyari. *Sa nangyari kaya o sa sensasyong dulot ng pagkakadikit nila?*

Ganun parin ang posisyon nila kahit umandar na ng dahan-dahan ang bus kaya hindi ko mapigilang tumikhim.

"Okay na, pwede mo na kayong umayos."

Para naman silang natauhan at tila napapasong

naghiwalay. Muntik pa ngang matapilok si Yrin at alerto namang sasalo sana uli si Davis nang umiwas siya na parang nandidiri.

"I-I'm fine! Get away from me!"

Yup, something is up between these two.

# KABANATA 17: Yours

Hindi nagtagal ay nakarating na kami sa bayan. Nakikita ko na ang dagat sa may hindi kalayuang gilid ng kalsada.

Nakabukas ang bintana sa gilid ko kaya naman ramdam ko ang hangin. It was too refreshing that I almost forgot the heavy thing on my shoulder.

Napalingon ako pabalik dito nang maramdaman ko itong gumalaw. Kumunot ng bahagya ang kanyang noo at dahan-dahang dumilat ang mga mata.

I am now staring at the most beautiful orbs I've seen. It was too deep for me to take. Para akong nilulunod ng mga iyon sa nakakahalinang paraan na parang ayaw ko nang makaahon pa.

It was mesmerizing. Bakit ngayon ko lang ito natitigan?

Maybe because I was too embarrassed to even look at him directly, eye to eye. How unfortunate, maaga ko sanang nasilayan ang magagandang matang ito.

Our eye contact didn't break even after Yrin threw us a meaningful look. Alas was the first one to break the silence.

He glanced at my shoulder, and back to my eyes. "Masakit ba ang balikat mo?"

I shook my head dahil hindi naman talaga. He was sleeping soundly at hindi malikot, that's why it became bearable for me.

Nang mapansin niyang hindi ko parin inaalis ang tingin ay nagtanong na naman siya. "B-bakit?"

"I love your eyes, how I wish I had those…" tila wala sa sarili kong bulong.

He smiled, showing his dimples, before leaning nearer to me.

"Don't worry, your children will soon have them."

We were trapped once again in our own world, but were interrupted by Yrin's squeal.

"Ang sweet naman, may label na ba iyan?"

Ginatungan naman ito ng tawa ni Davis. "I doubt that, mahina si Fabian eh."

"Tinatanong ba kita?"

And yeah, nagsimula na naman silang magbangayan. *Their love language is unique huh?*

When I glanced back at Alas, he just shrugged his shoulders like he had no idea about the two.

Iniwan na namin sila doon dahil nakababa na din ang iba naming kasama. When we reached the lobby ay kanya-kanya na ng kuha ng keycard.

Nahiwalay na sa amin ang grupo ng SSC, kaya kami na ulit ni Yrin ang magkasama. Dalawahan ang kinuha naming kwarto ni Yrin.

"Ayos lang ba talaga sayo, Kas? You know, I can get a new room naman if you're uncomfy ha, alam ko naman na hindi ka sanay na may kasama—"

"I told you, Yrin, it's okay. Ikaw naman ang kasama ko kaya ayos lang."

She beamed happily and hugged me from the side while mouthing her thanks.

Our room was just in front of the beach. It was all glass and spacious enough for two people. Dalawa din ang kama kaya wala na kaming naging problema bago mag-ayos ng gamit.

The mattress was soft and engaging, kaya hindi nakapagtataka na pagkahiga ko dito ay nakatulog na din ako.

***

"—gising na."

Naalimpungatan ako dahil sa mahinang yugyug ni Yrin. "Tara na kasi. Ang takaw-tulog mo naman, minsan na nga lang makagala eh."

Pumipikit-pikit pa ang mga mata ko pero wala akong nagawa kundi ang bumangon. "Anong oras na ba?"

Nakasimangot na naman siya. "Takipsilim na kaya! Hindi tayo nakapag-swimming sa ilalim ng araw kanina. Mabuti nalang talaga at panggabi na ang hinanda nilang activities, kung hindi…"

"Oo na, hintayin mo ako saglit. Mag-aayos lang ako."

Lumiwanag ang mukha niya at tumalon paalis sa kama. "Sige po, mahal na prinsesa."

Pagkatapos kong mga-ayos ay itinaas ni Yrin ang kamay habang hawak ang isang paper bag.

"Huwag mong kalimutan ang para sa exchange gift, Kas."

Oo nga pala, muntik ko nang makalimutan. Kinuha ko ang maliit na box at isang paper bag. Something useful ang category at dapat ay hindi gaanong mabigat sa bulsa.

Bakit dalawa? *Bawal munang sabihin.*

\*\*\*

We were walking along the beach when Yrin told me that she would just get us something to drink. Sumang-ayon naman ako dahil bigla din akong nagutom.

When she came back, kasama na niya ang mga blockmates namin at nagsimula na silang magsindi ng campfire. Sobrang aga pa, pero gusto na daw nilang magsimula.

Yrin handed me the wrapped burger and a bottle of water.

"Here, panglaman-tiyan lang. Magluluto na din ng barbeque sina June para sa pananghalian mayamaya."

Kanya-kanya kami ng ginagawa para matapos ng mabilis. Nakatoka kami Yrin sa pag-aayos ng hapag dahil malapit nang maluto ang barbeque. Bukod doon, may mga binili at dala din ang ilan kaya nilagay na namin iyon sa lamesa.

When everything was settled and the fire was lit, we started eating. Nasa kalagitnaan na kami ng pagkain nang dumating ang isang lalaki na sa tingin ko ay isa sa mga officers ng SSC ngunit hindi ko lang matandaan ang pangalan.

Inimbitahan siyang kumain pero nahihiya lang siyang tumanggi at nagpasalamat. Tinawag niya si June at may pinag-usapan sila saglit.

Matapos iyon ay umalis na siya at bumalik naman sa kinauupuan niya kanina si June. Agad namang nag-usisa ang mga kasama namin.

"Anong sabi?"

Parang balewala namang sumagot si June habang kumakain. "Ah, kung pwede ba raw na maki-share nalang ng campfire ang SSC. Nakalimutan kasi nilang kunin sa tumirik na bus ang mga panggatong na dala nila kaya ayon."

"Oh tapos? Pumayag ka naman?"

Inismiran niya si Reno. "Alangan namang hindi? Atsaka, wala naman sigurong masama, the more, the merrier!" may pakumpas pa siya ng kamay para idiin ang point.

\*\*\*

Nakaupo kami ng pabilog sa palibot ng campfire. Kasama na rin namin ang mga SSC officers. Si June na ang naglead ng mga paunang pahayag at nagpaalam ng activity at games namin ngayong gabi.

Nakatapos na kami ng ilang activities kaya susunod na ang games. Hinati kami sa dalawa at napagpasyahang SSC nalang versus sa block namin.

"Okay, this game is called longest line!"

Naghiyawan ang ilan habang ang iba naman ay nagreklamo. Malamig kasi ang ihip ng hangin at wala silang gaanong dala.

Nagsimula na ang timer at kanya-kanya na kami ng lagay ng gamit para humaba ang linya. Nang maubos ay kami na sana ang hihiga para matapos na nang biglang naghubad ng pang-itaas si Yrin.

Nahaba ang cover up niya kaya nakatulong talaga iyon. Napasipol ang ilan dahil lace brassiere nalang ang natirang suot ni Yrin.

Nagpatuloy ang lahat at malapit nang matapos ang timer nang marinig naming may nagreklamo sa banda ng SSC.

"Ano ba naman 'yan…"

Kinuha pala ni Davis ang noon ay t-shirt niya na nasa linya. Madilim ang mukha niya habang naglalakad patungo sa direksyon namin—ni Yrin.

Nakatalikod mula sa kanya si Yrin kaya laking gulat nito nang isuot niya ang t-shirt dito. Nagtatakang lumingon sa kanya si Yrin.

"A-anong ginagawa mo?"

"Hindi ba ako dapat ang magtanong niyan? Ikaw?! What are you doing?!"

Akmang huhubarin ito ni Yrin nang pagbantaan siya ni Davis na kakaladkarin palayo. Hindi na nagmatigas si Yrin kaya bumalik na si Davis sa linya nila.

Natapos ang laro na kami ang panalo. Kinakantyawan

pa nga si Davis ng mga kasama niya dahil sa t-shirt.

Naupo uli kami sa paligid ng camfire habang sina June naman ay sinusulatan na ng numbers ang mga regalo. May pinasa-pasang box para bunutan ng numbers at nagsimula nang tawagin isa-isa.

Ang nabunot ko ay sa isang member ng SSC. It was a cute pillow. Ang lambot sa kamay kaya hindi ko napigilang yakapin. This thing is comforting.

Lumapit sa akin ang nagbigay noon at tila nahihiya pang humingi ng pasensya. Nagtaka naman ako.

"Bakit ka humihingi ng tawad?"

"Kasi, alam kong hindi ka sanay sa mga murang bagay. Pasensya na talaga, iyan lang ang nakayanan ko…"

Ngumiti namna ako. "Ano ka ba, ang cute kaya. Nagustuhan ko, don't worry. Salamat nga pala."

Ngumiti narin siya sa wakas at nagpaalam na babalik sa mga kasama.

*** 

Hinanap ng mga mata ko si Yrin pero hindi ko siya makita. Aayain ko na sana siyang bumalik dahil gusto ko nang magpahinga.

"Magkasama silang umalis ni Davis."

It was Alas.

"Ah ganun ba…"

Mukhang may balak siyang sabihin kaya tinaas ko ang dalawang kilay. "May kailangan ka?"

*"Ikaw."*

"Why are you whispering? Hindi kita marinig."

He chuckled and grabbed my free hand while the other one was holding the pillow.

"Wala. Ang sabi ko, maglakad muna tayo."

\*\*\*

The cold breeze was starting creeping into my skin and it was so satisfying. Bukod sa mararahas na hampas ng alon sa harapan namin ay wala nang ibang ingay na naririnig sa paligid.

The blanket of stars with the crescent-shaped moon between it was enthralling to see. We were sitting on the shore, barefoot. I was hugging my knees and he was leaning his back against the sand.

"Nakapag-isip ka na ba?"

Hindi man niya sabihin ay alam ko kung anong tinutukoy niya. Maybe tonight is the right time, we waited enough. Isa pa, this was long overdue. Ano pa nga bang hinihintay namin?

"Yes…"

"And?"

The crickets have never been this loud as I can remember. Sighing, I let go of my knees to squat while facing my side.

Naramdaman ko rin umahon siya mula sa pagkakahiga at ginaya ang posisyon ko, paharap sa akin.

We stared at each other's eyes, and it was like our form of communication.

No words, just stares. No voice, just thoughts.

My heart started beating faster than normal. It even skipped a bit because of the anticipation!

"You can ask me now…" I bravely told him.

I saw him swallowed and with trembling lips, he asked me, "Pwede ba akong…maging sa'yo?"

# KABANATA 18: Ribbon

That literally stopped my breathing. Why...why does he never fail in surprising me. Instead of asking for my commitment, he offered himself.

I smiled, knowing how lucky I am to have him. I asked him to close his eyes for a moment. He was hesitant at first, pero sumunod din naman kapagkuwan.

"Can I ask you some questions first?"

He eagerly nodded like a kid. "Of course, go ahead."

Not tearing my gaze away from him, I started blurting out the things that fear me.

"Bakit ako?"

Kumunot ang noo niya. "Bakit hindi ikaw?"

I rolled my eyes kahit alam kong hindi niya iyon nakikita. *May oras pa talaga siyang pilosopohin ako?*

"Way to ruin the atmosphere, Fabian."

He chuckled, "I was just kidding, Sol. Pero seryoso, bakit hindi ikaw?"

"You see, wala naman talaga akong maiturong dahilan. Nagising nalang ako isang araw na ganito na. I was terrified at first, kasi paano kung hindi mo ako gustuhin pabalik? Magiging one-sided ba ang first experience ko sa pag-ibig?"

"Then I came to my senses, kaya nga may panliligaw.

Hindi ko plinano na sa ganoong paraan lang umamin, but when Yrin texted me about your disappearance, I realized that I should start testing my luck."

"I realized that you are a free soul, a directed one. You know what you wanted to achieve, at iyon lang ang binibigyan mo ng pansin. That's when I know that I should treat time as gold. Kailangan kong magmadali dahil hindi ko alam kong kailan ka tatakbo ulit palayo."

"Gusto ko na kung mangyari mang mawawala ka ulit, may karapatan na akong hanapin at dalhin ka pauwi."

Napatakip ako ng bibig para pigilan ang mga hikbi. The cold breeze wasn't enough to comfort me. Inayos ko muna ang sarili at huminga ng malalim.

I managed not to stutter this time.

"I can't explain myself to you during a conflict."

"Then let's try to not make one."

"Paano kung magkaproblema nga at hindi ko alam paano magpaliwanag?"

"Hihintayin kita ulit. Hihintayin ko kung kailan mo ulit gustong makipag-usap. It's not like I'll love you less after an argument. Mas mamahalin pa nga ata kita. I'm too whipped for you."

"I don't have a sweet bone."

"Ako na ang bahala sa lambing."

"I have an anger management issue."

Natawa pa siya ng bahagya, "I can see that."

Bagot ko siyang tinignan kahit hindi parin nakabukas ang mata niya.

"Kidding aside, I'll absorb your anger. Maybe a hug will calm you down? Pwede na siguro iyon?"

*Humirit pa nga...*

"Bago ko inalok ang sarili ko sayo, alam ko na kung anong klaseng relasyon ba ang papasukin natin. Inaral ko na ang mga gusto at ayaw mo, at kung paano ka susuyuin kahit hindi mo alam ang sasabihin."

"I know that you are not good with words, hindi bale ako na din ang bahala doon."

He was right. Words were never my friend. I can't find the good ones to use. Madalas pa akong mamisunderstood dahil doon.

Now, with Alas by my side, I can foresee that I won't have to force myself into doing things I don't even like. I don't have to explain myself anymore if I don't want to.

"Can I open my eyes now?"

"Wait."

Kinuha ko ang isang regalo na dala ko simula pa kanina. May laman iyong isang pulang ribbon na kalahating metro ang haba. Ginawa ko iyong headband at isinout sa ulo ko.

"I have gift for you. Pwede ka nang dumilat."

Dahan-dahan niyang idinilat ang mga mata at nagulat nang makita ang suot kong ribbon. Moments later, he understood the whole thing.

"I-Is this for real?"

I shrugged, and we went silent again. After a few seconds, I decided to confirm it.

"I made up my mind. We can have a try..."

He finally smiled, showing his pain of dimples. Nang mukhang naka-get over na siya sa nangyari ay maingat siyang nagtanong, "P-pwede ko bang mayakap?"

Idinipa ko ang dalawang braso, urging him to hug me. Dali-dali siyang tumayo mula sa pagkakaupo at lumapit sa akin. When he was in front of me, he kneeled and slowly came closer.

He wrapped both of his arms around my waist and rested his forehead on my shoulder. Ramdam ko na nagpipigil-hininga pa siya kaya niyakap ko na rin siya pabalik.

Humigpit ang yakap niya dahil doon. He then sighed, in contentment.

"Thank you for giving us a chance."

Wala akong sinabi at nagpatuloy lang sa pagyakap.

"You feel so warm. It's always empty and cold, until you came."

Humiwalay siya sa yakap at tinignan ako sa mata. It's like he's asking for permission to do something na hindi niya kayang sabihin.

I lightly smiled and nodded. Pang-ilang beses ko na bang ngumiti ngayon?

He held my cheek and bent down a bit. I closed my eyes, waiting for his next move, but what shocked me was the light kiss didn't land on my lips, it was on my nose. *Why…*

I opened my eyes, only to see him leaning his forehead on mine. Before I could even ask, he answered me in a hush tone. "I want to have your first kiss on our wedding day."

"Are you…*that* sure that I'll end up with you?"

"No…"

"I'm don't know who you'll end up with. Pero ako, alam ko na sayo lang ako magtatapos. It's you I'll end up with, palaging sayo."

This encounter was too beautiful to end, that's why I'll do everything to make this last.

Iyon ang nais kong gawin sa mga sandalling iyon. Ang pahintuin ang oras at manatili nalang sa yakap ng isa't-isa. Dahil nang bumitaw kami at nagsimulang harapin ang totoong mundo na hindi lamang sa aming dalawa, napagtanto kong tama nga ang sabi-sabi ng ilan…*mapaglaro nga ang tadhana.*

\*\*\*

"—tapos? Anong nangyari pagkatapos?"

Tila excited pa si Yrin habang nagtatanong.

Naglalakad kami ni Yrin papalabas ng gate dahil uwian na, at hindi na siya tumigil kakatanong magmula pa kanina.

Nalaman niya kasi mula kay Davis na kami n ani Alas. Ewan ko, ang lalaking tao hindi masarado ang bibig.

It's not that ayokong malaman ng marami dahil nahihiya ako, gusto ko lang talagang tahimik muna. Hindi naman sa tinatago dahil hindi ko din naman itatanggi kung may magtanong.

Alam niyo iyon? Hindi naman siguro kailangang ipaglandakan namin sa lahat. We don't need their approval anyway.

Kaya nga noong nagtanong si Yrin at kinumpirma ko na totoo ay hindi na siya tumigil sa pang-uusisa.

"Wala akong ganang magsalita ngayon."

Sumimangot naman siya, "Araw-araw ka yatang walang gana sa mundo, Kas."

Tumigil lang siya sa pagsasalita nang may makita sa likod ko. Dahil sa reaksiyon niya ay may ideya na ako kung sino iyon.

Bago paman ako makalingon ay may naramdaman akong tumabi sa akin. From the scent to my heart's leaped movement, I'm more than sure it was *him*.

I smiled and he did too. May kaunting distansya siya mula sa akin kaya nagtaka ako.

Nakita kong may sinenyasan siya kaya lumingon ako paharap. There was Davis, turning Yrin around. In a swift move, may naramdaman akong halik sa sentido ko habang nakatingin sa nakatalikod na sina Yrin.

When I turned to Alas again, he was smiling wide. So,

he was doing the distance thing on purpose, huh? *Mautak ang Alas niyo...*

"Kumusta ang klase?"

"Just so-so."

Habang nag-uusap ay narinig na naman namin sina Yrin na nagbabangayan.

"Bakit ba?! Kitang may kinakausap pa iyong tao eh!"

"Wala, tara na. Hindi ka na kailangan ni Kasie, may iba na siyang mahal."

Davis was teasing Yrin while dragging the latter away. Walang nagawa si Yrin kung hindi ang lumingon at nagpaalam na mauuna na daw sila.

Tumango lang ako at sumenyas na umalis na siya. Nanlaki pa nga ang mga mata niya dahil hindi siya makapaniwalang tinaboy ko siya.

Naramdaman ko ang paghawak ni Alas sa libre kong kamay habang ginigiya ko papunta sa nakahilerang street food.

Habang kumakain ay bigla siyang nagtanong kung libre ba ako sa weekend.

"Oo. Tapos naman na ako sa part ko sa research namin. Bakit nga pala?"

Nahihiya siyang napakamot sa ulo, "May ipapakilala sana ako sayo."

"Sure. Anong oras ba?"

Lumiwanag ang mukha niya at sinabi kung anong oras

at saan kami magkikita.

***

Sabado ngayon at malapit na mag-alas tres. Nakasuot ako ng puting bestida at nakalugay lang ang buhok ko.

Nandito ako sa labas ng gate ng mansyon habang hinihintay si Alas. I offered na magpahatid kami kay Manong sa pupuntahan namin but he insisted that we will just ride his bike dahil malapit lang naman daw.

Hindi na ako tumutol dahil mas alam niya ang pasikot-sikot dito.

Hindi nagtagal ay dumating na siya. He looks fresh in his white button-down polo na short-sleeved at khaki pants. Nang makahinto ay inabot ng kaliwang kamay niya ang leeg ko para maabot ang sentido ko at halikan iyon.

"Hi, ganda. Mahal kita."

I smiled and positioned myself in the back. Yumakap ako at natawa nang tuluyan dahil hindi parin kami umaalis.

"Mahal din kita, pogi."

***

Nakarating kami sa lugar kung saan daw siya may ipapakilala. *Sementeryo?*

Bago pa ako makapagtanong ay nagsimula siyang maglakad habang hawak ang kamay ko.

We reached a newly-cleaned tomb, and I was stunned after reading the name written on it...

# KABANATA 19: Mother

*Larissa Fabian*

My mouth parted a little.

"Nay, kagaya ng pinangako ko ay dinala ko siya dito. I promised to introduced you to her." Halos hindi ko na maintindihan ang mga sinasabi ni Alas.

"Solar, si Nanay. Nay, si Solar po." Nagpatuloy siya sa pagpapakilala. Napansin yata niyang hindi ako kumibo kaya sinipat niya ako.

"Ayos ka lang ba?"

Dahan-dahan akong tumango at pinilit ang sariling ngumiti. "Yeah. Okay lang."

Binalik ko ang tingin sa puntod nang mapansing tahimik parin siya kaya nilingon ko siya ulit. Tinaas ko ang isang kilay tanda ng pagtataka.

"Sigurado ka ba? If you're not feeling well ay bumalik nalang tayo sa susunod. Maiintindihan naman ni Nanay." He suggested, worry laced his voice.

"I told you, I'm okay. Go on, magkwento ka na kay Nanay." Ngumiti na rin siya sa wakas at nagsalita ulit nang nakaharap sa puntod.

That made me stare at him, and back to his mom's tomb. *Is this a mere coincidence?* Isang palaisipan ang bumabagabag sa akin ngayon.

Nagkataon lang kaya na parehas ang petsa ng kapanganakan ko at kung kailan namatay ang nanay ni Alas?

\*\*\*

"Pinapasabi ni Lola na sa bahay nalang daw tayo mananghalian, kung ayos lang sayo. Magluluto kasi siya ng paborito ko at plano niyang ipatikim sa'yo."

Hindi ko gaanong maproseso ang mga sinasabi niya dahil nakatuon parin sa lapida ang atensyon ko. May ideyang namumuo sa isip ko, at hindi ko gusto iyon.

"Sol? Naririnig mo ba ako?"

Someone snapped their fingers kaya napatingin ako doon. Alas looks at me, worried with my silence. Well, tahimik naman talaga ako pero baka masyado lang unusual ngayon.

"Sorry, what was that?"

Ngayon ay siya naman ang natahimik. I sighed and held his hand. Without saying a word, I leaned and planted a kiss on his cheek.

Nakita kong mas lalo siyang natigilan at namumula pa ang tenga. He then covered his face with his spare hand and turned away from me.

I laughed at his shyness. *Why does he have to be this adorable?*

Pansamantala kong nakalimutan ang iniisip kani-kanina lang at napagdesisyonan na naming tumayo at maglakad paalis.

We were chatting about his grandma's request while we were on our way to his bike. Not long after, we arrived at their house.

Nasa labas ang Lola niya at parang may hinihintay. Nang makita kami ay agad siyang ngumiti ng malapad at binuksan ang gate.

"Pasok na kayo, mga apo."

Nagmano muna kami bago tumuloy sa loob. May nakahain na sa pang-apatan nilang mesa at nakita kong umuusok pa ang mga iyon. Looks like we came right on time.

"Oh siya, maghugas na kayo ng kamay at maupo na. Kakain na tayo."

Sinunod namin ang sinabi ni Lola at pagkatapos ay nagdasal na bago kumain. Nasa kalagitanaan kami ng pagkain nang may marinig kaming bagong dating na sasakyan. Tumigil ito sa pag-andar nang sa tingin ko ay nasa labas na ito ng gate.

Hindi nagtagal ay pumasok ang isang babae na sa tantya ko ay nasa mid-50s. She was wearing an elegant dress and even carried herself in a regal manner. *Who is she?*

To answer that, dumiretso siya kay Lola at nagmano. "Nay, long time no see. Namiss niyo ba ang pinakamaganda niyong anak?"

Anak? So, she is Alas' aunt?

Nagyakapan sila ni Lola matapos magkamustahan. Tumayo naman si Alas at nagmano, dahilan upang mapansin ako ng babae. Ngumiti siya at nagsimulang usisain si Alas.

"Aba, sino ito? Nobya mo, Alas?"

Nakangiti at tila proud na tumango si Alas. "Opo, tiya. Meet Kasie Herano, my girlfriend."

Kung gaano siya kadalas ngumiti kanina ay ganoon din kabilis iyon nawala. Para siyang nakakita ng hindi kanais-nais at nanlalaki pa ang mga mata.

"Herano? Kaano-ano mo sina Klaudio at Sabrina?"

*Kilala niya sina Mommy?* Nagtataka man ay sinagot ko parin siya.

"Mga...magulang ko po sila."

She turned to Alas in horror. Pure shock was written all over her face. May bahid pa iyon ng galit at lungkot.

"A-anong ibig sabihin nito, Alas? Hindi ba at binalaan na kita tungkol sa mga Herano?"

"Tiya, please kumalma lang po kayo. "

She started going hysterical that Alas and Lola had to stand up and stop her from coming to me. *Ano ba ang nangyayari?!*

Pilit siyang nagpumaligas sa pagkakahawak nina Alas at tinuro pa ang huli.

"Paano ha? Sige nga, sabihin mo sa akin kung paano! Nakalimutan mo na ba ang kasalanan ng mga ito sa iyo?"

Anong pinagsasabi niya? I feel so clueless at the moment. Bakit kahit away pamilya ito ay pakiramdam ko dapat akong makialam at may malaman?

"Tama na po. Mas mabuting sa susunod nalang tayo mag-usap. Iyong hindi na po mainit ang ulo niyo," halos magmakawa ang tinig ni Alas habang sinasabi iyon.

Mukhang lalo pang nagalit ang tiyahin niya dahil doon.

"Hindi! Bakit ipagpapaliban pa natin ulit?! Ilang taon na ang atraso ng mga Herano sa pamilya natin! Sayo!"

Nang hindi ako makatiis ay sinubukan ko nang magtanong.

"Anong nangyayari? May problema po ba?"

Mula kay Alas ay lumipat ang hintuturo niya sa akin habang nananaliksik parin ang mga mata.

"Ikaw! Ikaw ang problema! Bakit pa kayo bumalik, huh?! Matapos niyong takasan ang kasalanan niyo noon ay may lakas ng loob pa talaga kayong tumapak ulit sa San Sebastian?"

Nakawala siya sa pagkakahwak nina Alas kaya walang nagawa ang huli kung hindi ang lumapit sa akin. He stood by my side, looking alert na para bang kung may gagawing masama ang tiyahin niya sa akin ay hindi siya magdadalawang-isip na protektahan ako.

Gusto ko siyang lingunin pero nahahati ang atensyon ko.

"At anong...paanong nangyaring magkasintahan na kayo? Alam mong hindi pwede, Alas!"

"P-pwede po bang linawin niyo? Kasi, wala talaga

akong maintindihan."

Totoo iyon. Gustuhin ko mang depensahan ang pamilya at sarili mula sa mapantutya niyang mga sinasabi ay hindi ko magawa dahil ko naman talaga alam ang ibig niyang sabihin.

"Bakit hindi mo tanungin ang mga magulang mo, ha?!"

And that's what I did.

Tinext ko si Manong na sunduin ako sa bahay nina Alas. Hindi ako makahinga sa kaba. Anong hindi ko alam? Is it that bad for his aunt to loathe our family like this?

Sinubukan pa akong pigilan ni Alas ngunit hindi ako nagpatinag. I just look at his hand on mine that was trying to stop me from going. Hinawakan ko iyon at nginitian siya.

I am assuring him that I just have to clarify something with my parents, with a promise that I will not turn my back on him.

"Babalik ako."

Lumabas na ako at bahagya pang nagulat na naroon na ang sasakyan. Ang bilis naman ata makarating ni Manong? Buhay pa ang makina kaya mabilis kaming nakaalis pagkaupong -pagkaupo ko palang sa backseat.

Nag-aalalang tiningnan ako ni Manong mula sa rearview mirror. "Ayos ka lang ba, hija?"

I sighed. Kahit ayaw kong magsalita ay sumagot ako upang hindi na siya gaanong mag-alala. "Opo."

He was muttering something while we were on our way to the mansion but I can't seem to understand what it means. *"Alam kong mangyayari ito ngunit hindi ko inaasahang ganito kaaga."*

Hindi na ako nag usisa at tinuon nalang ang tingin sa labas ng bintana. Luckily, my parents were home when I get there.

Tinanong ko ang isang kasambahay kung nasaan sila at nalamang nasa office ni Daddy pala. They were confused upon seeing me there, with eyes laced with worry and fear.

Bago paman sila makapagsalita ay inunahan ko na. I need to know everything now. Pagod na akong manatiling walang alam. From our sudden return, to my meeting with the people around San Sebastian. Everything isn't a coincidence, right?

Akala ko ay mabibigyang linaw na ang mga tanong sa isip ko dahil masasagot na ito. Hindi ko alam na mas may igugulo lang ang lahat.

"You share the same mother, anak. Ikaw at si Alas."

# KABANATA 20: Past

Masarap pagmasdan ang magkahalong berde at bughaw na kulay ng mga halaman at ng ulap. I sighed as I laid on my hammock in the middle of the man-made forest.

Pumunta ako dito upang makapag-isip dahil ko gaanong maiproseso ang mga nalaman ko mula kina Mommy kanina.

*"Larrisa and I were best of friends way back in our younger years. Kahit malayo ang agwat ng pamumuhay na kinalakihan namin ay nagkakasundo kami. We were inseparable, until life had its way to test our friendship."*

*"Nabuntis siya ng isang lalaki mula sa isang kilalang angkan sa San Fernando at kagaya ng ilan ay hindi siya tanggap ng mga magulang nito. She was struggling hard to work for her pregnancy."*

*"I was there, pero may naging buhay din ako na hiwalay ng sa kanya. Three years later, I met your dad, and we got married. Months after we got wed, nalaman namin na wala akong kakayahang magdalang-tao. That's why we tried finding someone to become a surrogate. We were only waiting for someone and everything will fall in their right places."*

*"Nagkasakit si Alas noon, kaya hindi nakapagtatakang lumapit sa amin si Larissa at nagmakaawang siya nalang ang kunin naming surrogate. It was because of the money. She badly needed that for Alas. Masyado kasing Malala ang sakit nito sa puso at kailangan ng malaking pera para sa buwanang gamot*

*at operasyon."*

*"Dahil nga dalawang taon palang ay hindi kakayanin kung noon din siya ooperahan kaya hihintayin munang maging labing-anim na taong gulang si Alas bago siya sumailalim sa open-heart surgery."*

*"Gusto sana namin siyang tulungan kahit wala na siyang isukli dahil magkaibigan naman kami, pero masyadong mabuti si Larissa upang pumayag. Ayaw niyang magkaroon ng utang na loob, at hindi namin alam kung bakit ganoon na lamang ang inaasta niya."*

*"We walked through the process, and to ensure a lesser conflict after her pregnancy napagpasyahan naming gestational surrogacy and gagawin. The cells sperm and egg cells were from us. Meaning, siya man ang nagluwal sa iyo, hindi kayo magkadugo at wala kayong ibang koneksyon maliban sa surrogacy."*

*"Makalipas ang siyam na buwan ay kabuwanan na niya. That was the same time we learned that something was wrong. Nalaman namin na hindi na dapat siya nagbuntis pagkatapos ni Alas dahil peligro na at delikado para sa kanya. Still, she did that reckless decision for his son. Masyado niyang mahal ang anak para hayaan na lamang ang sakit nito."*

*"She was in labor that time when she asked for a favor. To include her name in yours was her last request. Solarix, Larreon, both from Larissa."*

*"When you first cried, it was also the same time that Larissa flatlined. Dahil sa takot namin na harapin ang galit ng pamilya ni Larissa ay napagpasyahan naming manirahan sa Manila kinabukasan mula nang ipanganak ka niya."*

*"Nagdaan man ang panahon ay hindi namin kinalimutan ang pangakong ipapagamot si Alas kapag tumuntong na siya sa nasabing edad. Si Manong Henry ang ginawa naming mensahero at siya ang pinapadalhan namin ng pero para sa operasyon."*

*"The operation succeeded, Alas now lives as a healthy young man, very far from that sickly boy who cried after hearing the life support machine's beep after his mom's last breath."*

Technically speaking, I was the reason for Nanay Larrisa's death. Ako ang dahilan kung bakit kailangang lumaki ni Alas ng walang ina.

Naalala ko kung gaano siya kalungkot noong nasa simbahan kami. He loved his nanay so much.

Maraming tanong at agam-agam ang nabubuo sa akin ngayon. *Kilala na ba niya ako noong una kaming magkita? Galit ba siya sa akin?*

Malamang ay oo. Kahit nga ako ay nasasaktan gayong ngayon ko palang nalaman ang lahat ng ito. Maybe we had the same question when learned about this matter too.

Was my birth a must for a life to be at stake? Kaya ba ganoon nalang ang mga reaksyon ng lola at tiya ni Alas? They were puzzled why Alas started a connection with me when in fact, we should not be passing through each other's path.

Nanatili ako doon kahit kinakain na ng dilim ang paligid. Kahel na ang kulay ng langit na kanina lang ay bughaw. Inabot na pala ako ng tinatawag nilang *golden hour. Did it take me that long to reminisce?*

Hindi nagtagal ay may narinig akong yapak. Tila ba nagmamadali at may hinahabol na kung ano.

Nakatingin ako sa papalubog na araw nang may humintong bulto sa aking gilid. Naghahabol pa siya ng hininga dahil sa mabilis na paglalakad.

Hindi ko man lingunin ay alam ko na kung sino ang dumating. I was waiting for his outburst and preparing myself for the worst, but instead of hurtful words, he sounded relieved while saying, "Salamat naman at nakita na kita."

Lumuhod siya sa harapan ko at ipinatong ang kamay sa akin. "Nag-alala ako. Akala ko umalis ka ulit."

I tore away my gaze from the setting sun and looked at him. My tears automatically fell upon seeing his worried face. "You're not mad at me?"

Lumambot ang mukha niya at hinawakan ang ulo ko. His other arm was around my waist when he carefully pulled me into a hug. "Why would I be?"

"Because of what happened to Nanay…"

"Aaminin kong nasaktan ako, kung hindi ko sana nabasa ang huling liham ni Nanay ay malamang magagalit ako sayo. Alam ko ang totoong dahilan ng lahat at sinikap kong maunawaan iyon."

Tuluyan nang lumabas ang mahihina kong hikbi. Akala ko ay patatahanin niya ako ngunit hindi niya iyon ginawa. It was as if he was permitting me to express what I truly feel. He just let me pour my heart out and continued speaking when he felt that I can listen to him again.

"Huwag mong sisihin ang sarili mo. It was Nanay's decision. Kung may sisihin man dito, ako dapat iyon dahil ako ang nagkasakit—"

I cut him off by pulling out from the embrace, "Don't blame yourself."

Using his right hand, he patted my head lightly while smiling, "Then don't blame yours too…"

The golden rays of the sun were kissing us, but we were oblivious of the world. I had the chance to stare at his orbs again. It was breathtakingly beautiful like its owner.

Masyadong iyong malalim na kaya kang lunurin sa nakakahalianang paraan. Iyon bang hindi mo na nanaising mag-iwas ng tingin at umahon mula dito.

"Mahal kita, Sol. Buong-buo, walang tapon."

Those words were enough to calm me down, "Mahal din kita, Alas."

\*\*\*

"Grabe, kaunting push nalang, gagraduate na si Alas mo!"

Naglalakad kami ni Yrin papuntang gate dahil uwian na nang makita namin si Jirah na para bang sinadya talaga kaming salubungin.

Hindi nga ako nagkamali dahil nang makalapit kami sa kinatatayuan niya ay tumngin siya sa akin, "Pwede ba tayong mag-usap, Kas?"

Kahit nagtataka ay tumango ako at nagpaalam kay Yrin. Mukhang naintindihan naman niya ito at sumenyas na aalis na siya. Sumunod ako kay Jirah at nakitang papunta kami sa garden kung saan may mauupuang bench.

"Anong pag-uusapan natin?"

Nang makaupo na ay bumuntong-hininga siya. "Kailangan mong malaman kung ano ba talaga kami ni Alas."

Bigla akong nanlamig. Anong ibig sabihin niya? May namamagitan ba—

"Magpinsan kami."

"A-ano?"

Is she for real? Kung ganoon, bakit…hindi kaya…

"Magkapatid ang mga tatay namin at…his was bedridden. Nakaratay nalang si Tito Adonis kaya gusto niya sanang kumbinsihin ko si Alas na bisitahin siya."

Hindi parin ba napapatawad ni Alas ang tatay niya?

"Naaawa na ako dahil mukhang lumalala ang lagay ni Tito kaya lumapit na ako sayo. Gusto kong magbakasakaling matulungan mo akong kumbinsihin, Kas. Alam kong s aiyo nalang siya makikinig ngayon."

Naramdaman ko ang pagkirot ng dibdib. Bakit kailangang maging ganito kagulo ng lahat para kay Alas? My love doesn't deserve this.

"I'll try to convince him, Jirah. Pero hindi ako mangangako ng magandang sagot. Desisyon parin iyon ni Alas."

Tumango siya at hinawakan ang kamay ko. "Salamat, Kasie."

Panahon na rin siguro upang harapin ito ni Alas. I will certainly be there for him.

"Nga pala, may pinapabigay kanina si Miss Gian. Here."

Ibinigay niya sa akin ang sobre at tumayo na. "Pag-isipan niyo to pareho, Kas. I'll be hoping for the best."

Nang makaalis si Jirah ay binuksan ko ang binigay niya at napatigil nang mabasa ang laman nito.

Mukhang may balak talaga ang tadhanang subukin kami. Inside was my application for the scholarship in Harvard School of Medicine...

...and their letter saying that it was *approved*.

## KABANATA 21: End

Dahil sa natanggap na sulat mula sa inaaplyan kong university overseas ay naghalo na ang mga iniisip ko. Mula sa nalamang koneksyon namin sa isa't-isa, sa hiling ng tatay niyang makasama si Alas, hanggang sa pagtitimbang kung tatanggapin ko ba ang grant.

Itinago ko nalang sa aking bag ang sobre at napagpasyahang huwag nalang itong ipaalam kay Alas. He did promise to always wait for me and respect what I want, pero katulad ng karamihan ay nauubos din ang pasensya niya.

"Why didn't you tell me about it?"

"Anong pinagsasabi mo?"

We were walking towards the gate in small steps when he suddenly halted in his steps and asked me that.

"Don't go dumb on me, Kastrein. Alam nating hindi ka ganyan."

Tinawag na akong Kastrein, an indicator that he's damn serious. Bakit ba siya galit kung maayos naman kami kanina.

"What the hell is your problem?"

"Language, woman!"

"Are you raising your voice on me, Alas?"

That made him stop. Lumunok siya at nag-iwas ng

tingin. Pagkaraan ng ilang saglit ay hindi parin nagsalita ang isa sa amin.

I sighed and walk my way to him. Hinila ko sa papaupo sa waiting shed na pinahintayan namin ng masasakyan noon. Umupo ako sa tabi niya. I lead his head to my shoulder and wiped his damp cheeks. Yes, umiyak siya. *This crybaby...*

His eyes were bloodshot from the tears when he raised his head to look at me, "Dahil ba sa akin?"

Kunot-noo ko siyang tiningnan. "Can't you just tell me what's going on?"

Bumuntong-hininga siya, na para bang may hindi siya kayang sabihin pero kailangan, "Dahil ba sakin kaya hindi mo tinanggap ang scholarship sa med school abroad?"

Ako naman ngayon ang napaiwas ng tingin. *Paano niya nalaman?*

"No."

"You're lying to me, Kas. Alam mong hindi ko gusto iyan."

I sighed. Who told him about this? I was very careful not to let a single detail leak.

"Listen to me, okay?"

Marahan kong hinaplos ang kanyang buhok habang malumanay na nagsasalita. I need to to make him understand na wala siyang kasalanan. It's hard for someone like him to take it but I know he will.

"It is my personal decision to not go. Iniisip ko lang na may mga magaganda rin namang medical institutions here na pwede kong pasukan. It's not about the place actually. Nasa sa akin din kung pagbubutihin ko ba kahit hindi na sa. I won't deny na ayaw ko din iwanan ka dito—"

"—see?"

"Let me finish, ok? I mean I know you can handle yourself well, pero kapag umalis ako, sino na ang aakap sayo kapag malungkot ka? You are fond of acting tough around other people at sa akin ka lang nag-oopen up about how you truly feel."

Tumingin siya sa malayo habang malungkot na ngumiti. He held my hand firmly, na para bang kapag niluwagan niya iyon ay tatakbo ako papalayo.

"But that's your dream. Your dream before me, before us. I won't cage you with me, Solar. Hindi ganoon ang pagmamahal. Love shouldn't be suffocating. You are carrying enough weight. Love should be of your least worries."

I can feel that the air around us is starting to get heavy.

Nilipat ko rin sa mga dumadaang sasakyan ang tingin at sinasabayan siyang mag-isip. Ngunit kahit pa gaano ko piliting huwag isipin ang posibilidad na iyon ay hindi ko magawa.

His blank stare on the road in front of us speaks the loudest volume of the words he wanted to voice out but didn't have the courage to.

Nakikita ko kung paano maglikot ang mga mata niya na para bang nag-iisip kung paano sabihin ang bumabagabag sa kanya sa mga oras na ito.

Naghihintayan lang kami sa isa't-isa kung sino ang unang babasag ng katahimikan nang bigla nyang binalik ang tingin sa akin at maluwag na ngumiti. "Kung ganito rin lang naman ay mas mabuti sigurong…"

Binitin niya sa ere ang mga salitang iyon, na para bang hindi niya kayang sabihin pero gusto niyang ipahiwatig.

I got it, Alas. Kahit hindi mo ituloy ay alam ko ang ibig mong iparating.

What did I do wrong for us to go haywire? Shutting you out, and making you go blind?

"—itigil na?"

"Muna…"

Now this got me, kailangan pala sa isang relasyon ay alam nyo kung kailan dapat nang tumigil at huminga.

At first, I thought love was hard to feel, but would be glitters and rainbows when you have it—na syang imposible. And I was right and wrong at some point.

Tama sa akalang mahirap at imposible, and that the good ones was temporary and vanishes in a blink.

"Are you…" hindi ko matuloy-tuloy ang mga salitang nasa dulo na ng dila ko. Natatakot akong kumpirmahin. My heart starts aching in the most painful manner that I haven't felt before. Halos hindi ako makahinga habang pinipigilan ang hikbi.

"Breaking up with you? Yes, I am…" walang kaabog-abog niyang sabi.

Napatayo ako mula sa pagkakaupo at tinalikuran siya dahil kaunti nalang ay hindi ko na mapipigilan ang mga luhang kanina pa nagbabadyang tumulo. "Huwag muna tayong mag-usap ngayon—"

"Kung hindi ngayon, kailan?" naramdaman ko din ang pagtayo niya. "Kapag may nasayang ka nanaman uling opportunity dahil sa relasyon na 'to?"

Galit akong humarap sa kanya. Mabuti nalang at wala ng mga estudyanteng dumadaan dahil nahuli kami ng labas kanina.

"Is this what you call this? A mere relationship?"

Pinahid ko ng marahas ang luhang tuluyan nang tumulo. "Ano bang ikinakagalit mo? Ang pagtago ko sayo tungkol sa grant? Nagpaliwanag naman ako, diba? Kahit hindi ko alam kung paano ay sinikap kong maipaintindi sayo!"

"Naiintindihan ko naman, Sol. Pero hindi ko matanggap. Hindi ko matanggap na nililimitahan mo ang sarili mo dahil sa akin."

Lumapit siya at hinawakan ang mga kamay kong nakakuyom. Dinala niya iyon sa kanyang labi at magkasabay na hinalikan.

Tumingin siya sa akin matapos iyong ibaba.

"Please, Sol. I can love you better than this."

Tuluyan na akong humagulhol at niyakap siya. I can't

seem to imagine how to go on with my life if he's far away. Masyado na akong nasanay na nandiyan siya palagi.

Nasanay na akong hindi na nagpapaliwanag dahil nababasa niya kung ano ba talaga ang nararamdaman ko. Kailangan ba talagang ganito? Kung kailangan hulog na hulog na ako ay saka naman kami kailangan lumayo sa isa't-isa.

Mas mabuti ba talagang…itigil na muna?

He gently patted my head but didn't silence me, again. Na para bang binibigyan niya ako ng karapatang umiyak at huwag itago ang totoo kong nararamdaman. It's like he's making a promise not to tell anyone how broken I was during this time.

My painful sobs were all over the place pero wala akong pakialam. My mind is too clouded with mixed emotions and thoughts.

"T-tatanggapin ko na, pero please, don't do this. We can talk this over, right?" sumisinok pa ako habang sinasabi iyon.

I was hoping of his mind to change. Pwede naman kaming mag-LDR, bakit gusto niya agad ng break-up?

Kumalas siya mula sa pagkakayakap sa akin at hinawakan ang pisngi ko paharap sa kanya. Seryoso ang mga matang tiningnan niya ako. "Listen to me, okay? I wanted a break up not because I don't love you anymore, kung hindi dahil gusto kong wala kang iisiping iba habang nasa malayo."

"I am too clingy, kaya natatakot akong magkaroon ng karapatang pauwiin ka kung sakaling mamimiss kita."

Kinain kami ng katahimikan pagkatapos niyon.

Nakatitig lang kami sa isa't-isa habang pili na tinitimbang ang tila masyadong mabilis na pangyayari.

Then I came to think, maybe he's right. Kailangan din naming subukan habang magkalayo. "Then, can you do me a favor?"

"I'm listening…"

Humugot ako ng malalim na hininga dahil hindi ko alam ang magiging reaksyon niya sa hinihingi ko ngayon. Masyadong sensitibo at pakiramdam ko ay wala akong karapatang pangunahan siya tungkol dito. "I promise to consummate the grant, only if you'll promise me that…you will see your Dad."

Bumagsak ang kamay niyang nakahawak sa aking pingi at napatulala. "Sinabihan ka ni Jirah?"

Tumango ako, dahil wala namang mangyayari kung itatanggi ko pa.

"You need to give him a chance, Alas. Kahit pakinggan mo lang ang paliwanag niya."

Akala ko ay hahaba pa ang pag-uusap na 'to dahil tututol siya, ngunit nagulat ako nang ngumiti siya kalaunan. "Susubukan ko. Kasi sinabi mo at may punto ka. Oras na siguro para pakinggan ko siya."

He patted my head once again before taking a step back. "Tara na?" he said while urging me to take a step too.

Mahirap man ay nagawa kong tumalikod at nagsimulang maglakad sa kasalungat na direksyon mula sa kanya. I tried so hard to not look back, dahil baka…hindi ko kayanin at bawiin nalang ang desisyon.

Kagaya ng nakasanayan ay sabay kaming naglakad, only this time, we're walking together…away from each other.

*Walang nang-iwan o naiwan.*

# KABANATA 22: Name

"*Wala pa ring paramdam, Kas?*" tanong ni Yrin sa kabilang linya. Naka-video call kami gamit ang account namin sa Instagram ngayon dahil mahal ang international call gamit ang mobile data.

Masyadong kuripot si Yrin. Minsan pa nga ay google meet o kaya ay zoom ang ginagamit namin. Bibigyan niya lang ako ng link at para na kaming mga tangang mag-uusap doon.

Ang weird kaya ng meeting platforms kapag dalawa lang kayong participants. Ewan ko ba sa kanya…

Inayos ko ang pagkakaupo dahil bigla akong hindi mapakali dahil sa tanong niya. Malamig ang simoy ng hangin kaya makapal ang suot kong sweater. Pinatungan ko pa iyon ng isang trench coat dahil hindi pa gaanong sanay ang katawan ko sa lamig.

It's been weeks since I went here, at hindi kami nawalan ng means of communication ni Yrin kahit biglaan ang pag-alis ko. Kahit sina Daddy ay magkahalong saya at lungkot ang naramdaman dahil sa grant at pag-alis ko ng bansa.

Nagkibit-balikat lang ako habang umiinom ng hot chocolate. "Wala naman na kami, kaya hindi na siya obligadong magparamdam—"

"*Naghiwalay pala kayo?!*"

Mabuti nalang at naibaba ko na ang tasa kaya malaya kong natakpan ang tenga. Bigla kasi siyang sumigaw at masakit pakinggan iyon.

"Hindi ba niya sinabi?"

*"Paano niya sasabihin? Ni hindi nga nag-abiso iyon nang pumunta sa San Fernando. Balita ko ay doon na rin iyon mag-rereview para sa board exam. Ano ba naman kayong dalawa, parang hindi mga kaibigan, ha. Malalaman ko nalang na nakaalis na pala kayo. Kung hindi nga ako sinabihan ni Tita Sabrina noon kung anong oras ang flight mo ay hindi rin kita maaabutan sa airport."*

Masyadong maraming sinabi si Yrin kaya hindi ko mapigilang alalahanin ang araw na iyon...

***

"Fabian, Larreon Anastacio."

Nakatanaw lang ako mula sa malayo habang seryoso siyang umakyat sa stage para kunin ang nakalahad na diploma.

Commencement exercise ngayon at kaparehong araw ito ng alis ko. Walang ibang nakakaalam maliban kina Mommy. Kahit si Yrin ay walang ideya tungkol dito.

"Tara na po, Ma'am Kasie."

Tumango ako habang nakatingin parin kay Alas na ngayon ay bumaba na mula sa stage matapos

makipagkamayan sa mga importanteng taong

nandoon.

Nang tawagin ang ibang pangalan ay tumalikod na ako

mula doon.

\*\*\*

Nakaupo lang ako habang naghihintay ng oras nang tumunog ang speaker at tinawag na ang flight na kinabibilangan ko. Tumayo ako at papasok na sana nang may tumawag sa akin sa may kalayuan.

"Kasie! Wait lang!"

Nang lumingon ako ay nakita ko ang humahagos na si Yrin. Napahawak pa siya sa dalawang tuhod nang makahinto sa harap ko dahil sa paghahabol ng hininga.

"B-bakit ka aalis ng hindi ko alam?"

Mula sa pagod ay lumungkot na ngayon ang mga mata niya. "Trinato mo ba talaga ako bilang kaibiga—aw"

Pinitik ko ang noo niya dahil nagsimula na siyang magdrama. "It's not that, sasabihin ko naman kapag—"

"Kapag nandoon ka na? Ang daya mo naman kung ganon."

"Why are you acting like hindi na ako babalik? States is just miles away, not lightyears. Kayang-kaya mo akong bisitahin doon."

Inismiran lang niya ako, "Yeah, right. Lusot ka na naman. By the way…" luminga siya sa paligid na para bang may hinahanap. "…nasaan si lovey mo—he won't send you off? Naku, nagiging hobby niyo na lang ang hindi paghatid sa isa't-isa ha…"

"Graduation nila, remember."

"Oh, edi bakit ngayon ka din aalis?"

Hindi na ako sumagot at idinipa ang dalawang braso. Mukhang nakuha naman niya iyon at lumapit sa akin. Niyakap ni ako, "Fine, hindi na magtatanong. Basta huwag mong papabayaan ang sarili mo ha?"

"I will. Ikaw din, mag-iingat ka dito."

Kumalas na kami sa pagkakayakap at nagsimula na akong umalis habang kumakaway naman siyang nanatili doon. Tumalikod lang ako ng tuluyan nang makita ko ang paparating na si Davis sa likod niya.

*"Where are going? Aalis ka na hindi nagpapaalam sakin?"*

*"Huh? Sinong aalis?"*

Natawa nalang ako dahil mukhang walang ideya si Yrin kung bakit ganoon ang inaasta ni Davis.

***

*"Ayan na naman tayo sa pagiging lutang mo habang kausap ako."*

Napabaling ang tingin ko sa kanya dahil sa narinig kong maktol. "Sorry, what was that?"

Inirapan niya ako at napakamot ng ulo. *"Wala, ang sabi ko, mukha kang turon. Balot na balot ah, hindi kaya ang lamig? Umuwi ka nalang kaya dito?"*

Tinawanan ko nalang siya dahil sa pasingit na pakiusap. "Tigilan mo nga ako, Yrin."

*"Pero hindi nga, naghiwalay talaga kayo?"*

Malungkot ko siyang nginitian at mukhang

naintindihan naman niyang ayoko munang pag-usapan ang tungkol sa amin ni Alas.

Walang mintis sa pagtawag sa akin si Yrin kada madaling araw. Bago ako papasasok ay mag-uusap muna kami dahil maraming siyang dalang balita at hindi siya nauubusan ng mga iyon.

Kaya naman kahit malayo ay hindi ako nawalan ng balita sa San Sebastian. Maliban sa kanya ay palagi ding tumatawag at nangangamusta sina Mommy at Daddy. Palagi silang nagtatanong ng kung ano-ano at may isang beses pa nga...

*"Mag-migrate nalang kaya kami diyan, baby?"*

"Mom..."

*"Eh kasi naman, masyadong malayo. Ang mahal kaya ng plane ticket. Mas mabuti pang magtayo nalang tayo ng bahay diyan para araw-araw ka namin makita. Miss ko na ang baby ko."*

Ganoon palagi ang eksena kapag katawagan ko sila ni Daddy habang ang kay Yrin naman ay puro 'Kasie, alam mo ba...'. *Malamang hindi, nandoon ba ako?*

It was her where I learned from that Alas has reunited with his father in San Fernando. It was located in Northern Cebu kaya hindi nakapagtataka kung hindi kaagad siya babalik sa San Sebastian.

Nilisan nito ang San Sebastian ilang araw pagkatapos ng graduation niya—na siya ding pag-alis ko.

Nalaman ko din na doon siya hahanap ng review center para sa paparating na board examination.

\*\*\*

It was another chilly night and I was preparing to sleep when I received an incoming call from Yrin, which I accepted in an instant.

"May kailangan ka?"

"Hello din sayo, Kas. Grabe, ang gandang bungad ha. Kapag ba tatawag may kailangan na agad. Ganyan na ba ang tingin sa akin ng taga-Harvard?"

Nagsisimula na naman siyang dumada kaya napapikit ako at napasapo sa noo. "Ano nga? Baka nakakalimutan mong hindi magkapareho ang oras natin. Kung umaga diyan, malamang ay gabi dito. Kaya sabihin mo na—"

"Oo na, oo na. May sinend akong link sa iyo, buksan mo kaya, ano?"

My forehead knotted because of confusion. What link is she referring to? "Link?"

*"Ayan na naman tayo Kasie eh. Seen lang pala, hindi mo binasa iyong laman? Ano ka ba naman. Nakakatampo ka na ha."*

She looks frustrated that I grew more confused. Was the link that important for her to throw tantrums at me in the middle of the night?

"Come on, Yrin. Get straight to the point. Inaantok na ako, pwede ba?"

*"Sabing buksan na kasi, hindi mo naman ikakapagod ang pag-click."*

Para matigil na siya ay binuksan ko ang convo namin at

tiningnan ang sinasabi niya ngang link. Akala ko kasi phishing site na naman to na hindi niya napansin.

Umayos ako ng upo habang hinihintay na mag-load ang browser. It was a list of names. Binasa ko ang nakasulat sa header, only to find out that it was the list of the recent Philippine Civil Engineering Board Exam passers.

Hindi sinasadyang mabuksan ko ang isa pang worksheet, and it was entitled *Topnotchers*. Nanginginig ang kamay ko habang nakahawak sa mouse. Ibinaba ko ang navigation bar at binasa ang mga pangalang nandoon.

My heart raced in glee.

He made it even without me, and I'm so proud of him.

1. Fabian, Larreon Anastacio – San Sebastian State University – 98.5%

# KABANATA 23: Back

Masyadong maraming tao pala ang nandito dahil malapit na ang holiday at ngayon kadalasang uuwi ang mga tao mula sa ibang bansa.

May iba pa ngang umiiyak habang nagyayakapan. They mothered how they missed each other, and it was a sight to see.

I fixed my glasses while trying to find a certain banner from the crowd of people in the waiting area. My gaze landed on the couple that I missed most.

"Kasie, anak!"

Mom was beaming when I reached them. We went on with the greetings and decided to continue our little reunion in a nearby coffee shop. They wanted to dine somewhere but I refused. Aside from getting jetlagged ay busog rin ako sa servings sa eroplano.

"We missed you, honey."

"Mom, you are overreacting. Nauna lang kayo lang isang linggo sa akin dito sa Pilipinas. We literally saw each other last week."

She sheepishly smiled. "You can't blame us, okay? Ikaw lang ang baby namin." Sinundan iyon ng tawa ni Daddy.

"Stop it Hon, our baby is already a grown woman. Marunong na nga ata iyan gumawa din ng baby."

"Dad!"

They just laughed at me. These two...

The hot rays of the sun kissed my skin the moment we went out. Ganun parin ang klima ng Pilipinas. It was the same as I remember. Ang pinagkaiba lang siguro ay ang mga naglalakihang gusali na hindi ko nakita nung umalis ako.

Napagkasunduan naming magpahinga muna sa isang hotel bago tumulak pa-Cebu kinabukasan. Good thing Dad's secretary already booked us a flight kaya wala na kaming alalahanin, malalaang jet lag nalang.

After getting my license as cardiologist ay napagpasyahan kong sa Cebu magtayo ng clinic. It would be of big help for the people there especially the elderlies in San Sebastian. Plano ko munang mag-apply sa isang pampublikong ospital bago iyon.

Fortunately, hindi ako naghintay ng matagal bago makakuha ng trabaho. With my qualifications ay marami na ang sadyang nag-offer sa akin ng posisyon.

***

Everyone was busy finding seats inside the van when I approached one volunteer from the nurses.

"Wala na bang supplies na kailangan dalhin sa shuttle?"

"Iyon na lahat, Doc. Nagbanyo lang saglit ang driver. Pagkatapos niya, we're good to go."

"Okay, salamat."

This would be the first medical mission na dadaluhan

ko kasama ang mga staff ng ospital. We will be doing the said operation inside a covered court ng isang barangay away from San Sebastian.

By the looks of it, sagana sa mga matatayog na establishments ang lugar kaya hindi nakapagtatakang maraming tao ang naninirahan. Some maybe immigrants na dito na nakahanap ng trabaho. May nakita pa nga kaming building na ongoing pa ang construction.

Hinubad ko muna ang doctor's coat dahil sa init, leaving me with the uniform shirt na pinasadya para sa event na ito. It is tucked tightly on my cream trouser pants na tinernohan ko ng flat sandals.

Hinati ang mga gagawin at napunta ako sa pagchi-check ng blood pressure. I was busy checking an old woman's pulse when a group of men barged in. They were all smiles while holding their white hard hats, maliban sa isa.

He was just standing there, looking dashing yet emotionless. My heart leaped upon recognizing the sight...it's owner.

Nang mapadpad ang tingin sa kinaroroonan ko ay saglit siyang natigilan ngunit bumalik din ang tila walang pakialam na itsura. Hinila siya ng mga kasama patungo sa linya ng nagbibigay ng packed lunch at tubig. That made him tear his gaze from me.

Kumusta na kaya siya? Did he get himself a girlfriend or something? Ako pa rin kaya?

*Stop it, Kasie.* Ani ng munting tinig sa aking isip. *You*

*separated ways remember? Kung nakahanap man siya ng iba ay wala kana dapat doon.*

Damn, I really hate it every time my inner self spit painful words. It's making me believe it has better sense than my conscious character has.

Dahil wala nang kasunod ang matandang ale ay humilig muna ako sa upuan at pumikit. I just opened my eyes again when someone clears their throat.

"Hello, Doc. Pwede ba naming ipa-check ang BP ni Engr. Fabian? Mukha kasi siyang maputla mula nung pumasok kami dito." Nakangising wika ni Davis. Wait who? Dave—

"Davis?! Oh my, is that really you? Gosh, I missed you!" I squealed. Damn, I missed this arrogant guy!

I stood up and we hugged each other hello kahit may iba pang naroon. He chuckled and let go of me after a second. "Yes, it's me Kas. I missed you too!" Ang tangkad niya na lalo! He leaned to whisper something when suddenly he shrieked at namilipit sa sakit.

"That's enough, Mejez." Said a very familiar voice.

*Alas.*

Five long years change a lot about Larreon Anastacio. Kung noon ay pawang pagkasabik at saya ang makikita sa kanyang mga mata, ngayon ay wala na akong makapang ganoon.

Didn't we part just fine? We end everything with each other's consensus so why is he acting like this?

Right. Ito ang kinatatakutan ko noon. Risking our friendship was the dumbest move we made, pero wala akong pinagsisisihan. I was aware of the possibility ng pagkailangan if ever we won't work out, and here it is! Ni ako nga ang nagbawi ng tingin dahil ramdam ko na ang bigat ng sakanya.

Pumunta siya sa harap ni Davis at tinignan ako. Ngayon ko lang siya natignan ng maigi. He's wearing a dark blue button-down polo na tinupi hanggang sa siko at naka-tucked in sa itim na pantalon. Nakasuot din siya ng ankle boots.

Right, baka sila ang engineer sa nadaanan naming construction site kanina. Aside from his usual na head turner get up, he looks pissed too. *Why though?*

"Can you determine a blood pressure by just staring at your patient, Doc?" Napabalik ako sa kasalukuyan nang magsalita siya ulit. His voice was far from my soothing Alas—it was cold...frigid cold.

Hindi nalang ako nagsalita dahil sa saglit na pagkapahiya at iginiya siya sa upuang katabi ng akin.

"My apologies. Have a seat, please."

Kinuha ko na ang mga gagamitin at binalot ito sa braso nya. Nilagay ko sa tenga ang stethoscope na kanina ay nakasabit lang sa aking leeg. Itinapat ko iyon sa parte kung saan maririnig ang kanyang pulso. I was startled when he placed his hand on my knee. Mukha namang hindi niya iyon napansin at kusa nalang nangyari.

He was shutting his eyes close when I looked at him. Is he afraid?

I can feel the warmth of his hands sa kabila ng suot kong pang-ibaba. To my surprise, hindi man lang ako nakaramdam ng pagkaasiwa.

*Masyado yata naming sinanay ang mga sarili sa isa't-isa noon.*

Nanlaki ang mga mata ko nang makitang halos umabot ng 180 over 100 ang blood pressure niya.

"Kailan ka lang nagka-hypertension, Alas?"

Bago pa siya makasagot ay malakas na tumawa si Davis na nandoon pa rin pala. "Damn man, you are too obvious. Kalma lang baka atakihin ka."

"Tumahimik ka nga." At nagsungit pa. Anong problema ng mga taong 'to?

Patuloy sa pagtawa si Davis at huminto lang para asarin ulit si Alas.

"Seryoso Alas, kakaladkarin ka lang namin kapag hinimatay ka. You lovesick fool."

Tumayo naman si Alas at akmang bibigwasan ito nang naglakad na ito papalayo. Nilingon niya ako ng bahagya.

"Sorry about that. Thank you for catering us at…wala akong hypertension."

Doon naman ako napatanga sa kanya. What does that mean?

Naglakad na siya palayo at lumingon pa ulit. "By the way…"

This time, he smiled.

"…welcome back, Doc."

# KABANATA 24: Survive

"Ay, bawal ang killjoy dito, Doc. Kailangan mong uminom!" pasigaw na sabi ni Yrin habang binibigay sa akin ang shot glass na may lamang alak.

Nandito kami sa resort na pinagdausan ng Christmas party namin noon. Nalaman kasi ni Yrin na nakauwi na ako ilang linggo na ang nakalipas.

Wala siya dito noong dumating ako dahil nag-out of town sila ng pamilya niya. Si Davis na ang nagsabi sa kanya matapos kaming magkita sa medical mission last week.

Pinilit niya akong dalhin dito para sa pa-welcome party niya daw sa akin na tinugunan ko naman dahil baka ano na namang sabihin niya.

"Hindi na nga tayo nakapag-despedida noon, ang welcome party hindi din?"

Para matigil na siya ay kinuha ko na ang inabot niya at nilagok iyon. Napapikit ako sa pait na gumuhit sa lalamunan kaya tiningnan ko ang pangalan ng alak. Hindi ko kasi narinig ang pagbigay niya ng order kanina.

Kaya naman pala. *Jack Daniel's*

Hindi ako sanay uminom kaya siguro pagkatapos ng dalawang shots ay naramdaman ko na ang pag-ikot ng paligid. Kung nahihilo ako ay lasing naman si Yrin.

Nagsalin pa siya ulit ng alak at ibinigay ito sa akin.

Kukunin ko na sana iyon nang maunahan ako ng isang kamay. I turn to the intruder and stand from my seat nang makitang si Alas iyon. Biglang nawala ang pagkahilo ko dahil sa itsura niya.

Magkasalubong ang dalawa niyang kilay habang hawak ang baso at walang kaabog-abog na nilagok ang laman noon. Padabog niyang nilagay sa bar counter ang shot glass at hinawakan ang palapulsuhan ko.

Sinubukan kong kumawala sa pagkakahawak niya dahil si, "Yrin…"

"She's taken care of."

Lumingon ako sa pwesto ni Yrin at nakitang kinarga na siya ng kadarating lang na si Davis.

"Pasensya na, Fabian, Kasie. Iuuwi ko na muna, ako na ang bahala sa kanya."

Tumango nalang ako at hindi na nagprotesta dahil alam ko namang hindi ipapahamak ni Davis si Yrin.

***

We were walking along the shore when he suddenly stopped. Napalinga ako sa paligid at napansing pamilyar ang lugar na iyon dahil…

It was the same spot where we gave each other a try.

The same spot where it all started.

Katulad ng gabing iyon ay malamig parin ang simoy ng hangin.

Tahimik parin ang paligid na tanging mararahas na hampas ng alon sa dalampasigan lang ang maririnig.

The crickets have the same loudness as that night too.

"Naaalala mo rin ba?" maingat na tanong niya makalipas ang nakakabinging katahimikang

namamagitan sa amin.

Naramdaman ko ang pagbara ng kung ano sa aking lalamunan kaya hindi ako nagsalita at tumango na lang bilang tugon. *Oo...*

"How were you?"

It was like he was trying to fish some information straight from me. Na para bang hindi siya maniniwala kung hindi ako ang mismong magsasabi.

"Hindi ka ba nagkasakit, na-home sick? Saan ka nag-cecelebrate ng pasko, o ng birthday?"

Biglang bumigat ang puso ko dahil sa tila nananabik niyang tanong. Gusto din ba niyang malaman kung...paano ako nasanay na wala siya?

It was hard, pero hindi ko kayang sayangin ang sakripisyo naming dalawa dahil lang hindi ko kayang malayo ng matagal sa kanya.

He was like that of a soft mattress that calms me down after a long day of distress, kaya kinailangan kong sikapin na alisin siya pansamantala sa sistema ko. Dahil hindi katulad noong nandito pa ako sa San Sebastian, Alas was not a call away anymore.

"Lasing ka na siguro," natatawa pa siya ng pagak

habang binubulong iyon. His voice was a bit raspy now. "Don't worry, I won't bring this up again.

Makakalimutan mo din ito bukas."

*Really, huh?*

Pagkatapos ng mahabang paghinto ay naglakad ulit kami, papalayo sa lugar na iyon.

\*\*\*

"Ano pang silbi ng mga doktor kung hindi niyo kayang gawin ng maayos ang trabaho niyo?! Nangako kayong ililigtas ang anak ko!"

I just stood there, unmoving with my eyes blank while staring at the furious family of my patient.

Humagulhol sila ng iyak matapos kong sabihin ang hindi magandang balita.

It was an open-heart surgery at emergency dahil nanganganib na ang bata, pero hindi nito kinaya at nag-cardiac arrest habang isinasagawa namin ang operasyon. Masyado pa kasing mura ang edad nito pero nagpumilit ang pamilya na isagawa nalang ang surgery.

Hindi ito ang unang beses na naranasan ko ang ganitong eksena pero hindi parin ako sanay, at kahit kailan ay hindi ako masasanay...

Alam kong pwede namang huwag silang bigyang pansin nalang dahil hindi naman na mababago ang resulta ng operasyon, pero hindi ko mapigilang kwestiyunin ang sarili sa mga panahong gaya nito.

Nakita ko kung paanong itinaas ng ginang ang kanyang

braso sa ere at handa na akong pagbuhatan ng kamay. I was unable to move because I was too shocked to even blink.

Wala akong nagawa kung hindi ang ipaling ang ulo sa aking gilid at hintayin ang pagdapo ng palad niya sa aking pisngi.

"Mga wala kayong silb—"

I was closing my eyes and readying myself for a blow when I felt a presence in front of me. The sound of the slap echoed the hallway of the hospital but I was confused why nothing landed on my cheek.

Natahimik ang kanina lang ay nagwawalang ginang at ang mga kasama niyang pumipigil sa kanya.

Dahan-dahan kong idinilat ang mata at tumingin sa harapan, only to find a figure standing while using his body to hide me from the people there. Hindi ako maaaring magkamali...

*Alas...*

Nag-aalala siyang humarap sa akin at sinipat ang aking mukha. Hinawakan pa niya ang aking dalawang balikat at tila naghahanap ng kung ano.

"Ayos ka lang ba? Were you hurt?"

Umiling ako. *Hindi ba't siya ang sumalo ng sakit na dapat para sa akin?*

Nang makita niyang wala naman akong ni isang galos ay hinarap niya ang mga kasama namin doon habang hindi parin binabawi ang mga kamay mula sa pagkakahawak sa balikat ko.

"Alam niyo pong mahirap din ang trabaho ng mga doktor. Sana ay huwag niyo na silang pahirapan pa. I may not know the whole story, pero alam kong walang may gusto ng nangyari kaya wala rin dapat sisihin. Isipin niyo nalang that your kid suffers no pain now."

Pagkatapos iyong sabihin ay nilipat niya ang kamay sa akin at iginiya ako paalis sa lugar na iyon.

*** 

"Why…"

Nabitin sa ere ang mga salitang kanina ko pa gustong isumbat sa kanya. How can I lash out right in front of his worried face?

Nakarating kami sa likod na bahagi ng ospital. May mga halaman dito at kitang-kita ang mga ilaw mula sa iba't-ibang lugar na tanaw mula sa kinaroroonan ng ospital.

Nagkatitigan kami at nang mapansing hindi ko matuloy-tuloy ang nais sabihin ay ngumiti siya ng marahan. "May gusto kang sabihin? Makikinig ako…"

He said that using the soothing voice I missed. Air was rubbing out my lungs, making it hard for me to breathe. I then tear my gaze away from him.

"Why do you have to appear at my weakest state? Bakit hindi noong kaya kong magmalaki, na kinaya ko naman…kahit wala ka…"

Halos pabulong na ang boses ko nang sabihin iyon. From my peripheral view, I can see him staring at me.

Maybe he thinks I'm too pathetic to even utter those words. Ako naman ang umalis, but why do I sound like I was the one left behind?

Upon the realization, I got up from my seat and started walking away but halted my steps when he talked again.

"Weak? Sino ang nagsabing mahina ka?"

It was like he was ready to throw a fit to whoever made me feel that I am a weakling.

"You are the strongest woman I know, na kahit minsan hiniling ko na sana, you will be like one of those girls who would love to depend on me. Pero hindi ka ganoon, and that's what fears me. You can live your life even without me, yet I can barely survive a day without you."

*Then why did you end us?*

Humarap ako sa kanya at nakitang nakatayo na rin pala siya.

"Then what made you believe too much in me, Alas? Bakit mo ako hinayaang umalis ng wala kang pinanghahawakang salita na…babalik pa ako dito, sa'yo?"

He took a few steps forward and stopped when we were already a foot away. Tinignan niya ako ng diretso sa mga mata.

Kahit malamig ang paligid dahil gabi na, hindi ko na ito halos maramdaman dahil nakatuon na ngayon ang atensyon ko sa kanya.

"Hindi man halata, but you have your own way of giving me the assurance I need when were still together, Kas. Dahil doon, kampante akong kahit gaanong man katagal at layo, it is me you'll run back to. At, nandito parin ako. Kagaya noon ay hinihintay ko parin kung kailan ka na handa ulit."

# KABANATA 25: Us

Life is a game of possibilities. It is a series of receiving and giving chances. Susubukan ba ulit, o tanggapin na lang na hindi na pwedeng bigyan ng isa pang subok?

Bukod sa pagbabakasakali na may pwede pang ayusin, mayroon ding tinig na ang pawang mungkahi ay pagpahingahin muna ang mga sarili.

There would certainly be a time that what you are trying to fix will start suffocating you too. Kaya mapapaisip ka kung bakit mo pa sinusubukang ayusin. Is it because of that thing itself, the memories it brought, or the hope that lingers with it?

My relationship with Alas was one bumpy ride, but what made it endurable was Alas himself. He was more than a lover to me. He was like a long-lost family.

That's why I knew that giving *us* a chance again was worthwhile.

\*\*\*

"Tatanggapin mo ako ulit? Kahit iniwan kita noon?"

His forehead knotted in disagreement, "Sinong iniwan? We walked away together, remember? Ibig sabihin ay, walang nadehado sa ating dalawa."

Kahit kailan ay hindi niya pinaramdam sa akin na hindi resonable ang mga desisyon ko sa buhay. He was always there, cheering me up and trying his best to justify my choices.

*Tama na siguro ang sisihan?* We've been through a lot, but look at us now. We were like magnets in contrasting poles, na kahit ilang milyang layo man ang pinaglagyan, kapag nagkalapit ay mahirap ng paghiwalayin ulit.

"I should be the one asking that."

Huminga siya ng malalim na para bang hinahanda ng mabuti ang sarili bago magpatuloy, "Ikaw…gusto mo bang…sa'yo na ulit ako?"

Katulad ng inaasahan ay bumilis na naman ang tibok ng puso ko. Ang tagal ko ring hinintay bago maramdaman ulit ang ganito. Para akong dinuduyan sa ulap dahil sa gaan ng pakiramdam.

*He really has his ways to make my system go crazy.* Kilalang-kilala parin ng puso ko ang mga paraang iyon na hindi ko na kailangang pilitin ito upang mag-react. Kusang uminit ang buo kong mukha na kumalat pa hanggang sa tenga ko.

*I probably look like a tomato now.*

I shyly covered my face with both hands while trying to calm down my heart. Pero sino ang niloloko ko? Paano ito kakalma kung kaharap ko parin ang dahilan para magwala ito?

Naramdaman ko ang paglapit niya lalo sa akin at ang masuyo niyang paghawak sa kamay na nakaharang sa mukha ko. Ibinaba niya iyon kaya wala akong takas.

I met his enticing gaze and reminded myself to keep sane, *kahit nakakabaliw ang kaharap ko.* I mentally facepalmed because of that thought. *I'm smitten.*

"Why are you hiding from me?"

"I am not," nagmamatigas kong tanggi.

He smiled a little, enough for me to take a look at his pair of dimples. *I finally got to see those again!*

Lumipas ang ilang saglit ay wala paring nagsalita sa aming dalawa. Kapwa lang kami nakatitig sa mata ng isa't-isa.

Hindi ko mabasa kung ano man ang iniisip niya, pero nakikita kong masaya ang emosyong naglalaro sa mga itim na matang iyon. His soft eyes and little smile were a sight to hold.

"May maisasagot ka ba sa akin ngayon?"

He was choosing his words carefully and considering what the best words to use were. Between the words that made up that question lie a deeper soothe that it is okay—whatever my answer would be.

From my blank expression, my lips then stretched for a smile. I couldn't take it anymore. Hindi ko na siya matitiis pa. I'm still in love with him.

After accepting that thought, gumaan ang pakiramdam ko. Now this is what it feels like…to let go of the hesitations and embrace what I truly want, *him*. And that's what I did.

Itinaas ko ang dalawang braso, isa and ipinatong ko sa balikat niya at ang isa ay hinawakan ang kanyang pisngi. He then raised his one hand to touch my hand on his cheek and snack the other one around my waist.

"Let's do it. Subukan natin ulit."

***

Pagkatapos ng gabing iyon ay parang bumalik sa dati ang lahat, pati na ang koneksyon naming pansamantalang natigil noon.

We were back to our old doings. Araw-araw na ulit kaming nagkikita. Minsan siyang inimbita ni Mommy na pumunta sa mansion and after that meeting ay madalas na siyang bumisita doon.

Hatid-sundo na niya ako mula sa mansion hanggang sa ospital. Minsan pa nga ay nang-uusisang tinanong ako ng mga intern doon.

"Boyfriend mo iyong pogi, Doc.?"

Gumagawa ako ng rounds at nag-uupdate ng chart ng isang pasyente pagkatapos nang may lumapit sa aking grupo ng mga intern.

Inayos ko ang pagkakasuot ng eye glasses at hinarap sila. "Sino doon?"

"Ay iyon pong palaging naghahatid-sundo sa inyo dito?"

"Oo nga po. Iyong matangkad na moreno?"

Tumango ako at bumalik na sa ginagawa. Narinig ko pa ang tila kinikilig nilang tili bago nagsialisan.

*"Sabi ko na nga ba eh."*

*"Halata naman. Makikita mo sa tinginan nila."*

*"Bagay na bagay sila ano?"*

Hindi ko na nasundan ang pag-uusap nilang tatlo dahil nakalayo na sila mula sa kinatatayuan ko.

"Anong sinabi nila?"

Napahawak ako sa dibdib dahil sa gulat at muntikan pang ihampas sa biglaang nagsalita ang hawak na chart. "Bakit ka ba nanggugulat?!"

He was chuckling while encircling his arms around my waist. "Sorry, ang cute mo kasi magulat."

"Kanina ka pa?"

"Hindi. Kararating ko lang din. Tapos ka na?"

Tumango ako. Kaya ko minamadaling matapos ang pag-uupdate ng chart ay dahil nagyaya siyang lumabas kami. He wanted a post celebration. Hindi pa niya sinasabi kung saan kami pupunta.

Pagkatapos kong mag-log out ay pumunta na ako sa lobby dahil doon naghihintay si Alas. I was greeted with him surrounded by the interns that asked me earlier. Lumapit ako dahil mukhang hindi siya makasagot sa mga tanong na binabato nila.

"Bagay na bagay po kayo ni Dra. Herano—"

"What's the commotion all about, everyone?"

Napalingon sila sa aking direksyon at hilaw na ngumiti ang tatlo habang si Alas naman ay mukhang nakahinga ng maluwag nang makita ako.

Tumabi siya sa akin at parang nagsusumbong na

kumapit sa braso ko. "Wala naman akong sinabi tungkol sa atin dahil alam kong hindi mo pa gustong ipaalam sa iba—"

Huminto sa siya pagpapaliwanag nang tinakpan ko ang bibig niya at tumingkayad upang mahalikan ang noo'y namumula niyang pisngi. His ears were red too.

Pagkatapos ay hinarap ko ang tatlo. "I already confirmed it, didn't I?"

Ngumuso ang isa. "Sorry po, Dra., Na-excite lang po kasi kami. Ngayon lang po kasi naming na nakikipag-usa ka sa mga lalaki maliban sa mga kasamahan mong doctor."

I understand them though, mga bata pa kasi kaya masyadong curious.

"It's okay."

Nagpaalam na sila at pagkatapos ay umalis. Nilingon ko naman si Alas at nakitang nakatitig lang siya sa akin. "I there anything wrong?"

Umiling naman siya na parang wala sa sarili. "Akala ko…"

"Masuwerte ako sayo, Alas. Maybe it's already time for me to show the world how bad I want you to end up with me. Naramdaman ko na iyon mula sa iyo. Ikaw naman."

\*\*\*

Dumating kami sa bagong pininturahang gate ng SSSU. This place feels so nostalgic. Napabaling ang tingin ko sa waiting shed na ngayon ay ganun pa rin ang itsura.

Memories started flooding my system. The street food trip after we were dismissed from our classes, the laughter when Yrin and Davis will start their bickering, and all. Ngunit pagkatapos ng masasaya ay naalala ko rin ang mga eksenang muntikan nang sumira sa akin.

The heartbreak and path separate from each other. I remembered how hard I cried that night too. Naalala ko kung paano ko tiniis na huwag siyang kamustahin sa kabila ng pangungulila.

Ngayon, susubukan namin ulit. Tatay ana kami ulit, at sa panahong ito ay mas malakas na kami.

"May kainan na pala dito ngayon?" nagtataka kong tanong habang nakatanaw sa isang maliit na kainan. May mga ilaw pa na masarap pagmasdan kaya hindi nakapagtatakang mapansin ko iyon.

"Naalala mo si Manong na palaging nakatambay dito tuwing uwian? He owns that. Masipag kasi si Manong kaya nakapagtayo siya ng ganyan."

"Tara? Street food ulit tayo, libre ko."

Natawa siya ng mahina. "Sige ba."

Hawak-kamay kaming pumasok sa nasabing kainan. Nakita kami ng may-ari at medyo nagulat pa ako dahil sa pagtawag niya sa amin. "Oh, Kasie, Alas! Mabuti naman at napasyal kayo."

"Ah, out na po kasi at gusto naming kumain ng street food," sagot naman ni Alas.

"Aba'y ganoon ba. Hali kayo dito. Libre na dahil namiss ko kayo. Ang tagal na rin kasi mula noong gumraduate ka, Alas. Iyon ang huling beses na Nakita ko kayong dalawa."

Napalingon sa akin si Alas dahil doon. "You were there?"

Hindi ko siya sinagot at si Manong ang binalingan. "Ah kami na po, nakakahiya naman."

"Ano ba kayo. Sige na, maupo na kayo."

Wala na kaming nagawa kung hindi ang tanggapin ang alok na libre ni Manong. Matapos kaming kumain ay nagpaalam na kami at naglakad na paalis.

Tahimik kaming naglalakad pabalik sa pinahintuan niya ng sasakyan. Nang makarating kami sa harap ay nagulat ako nang lumingon siya at walang sabi-sabing hinawakan ang aking bewang ko at inupo ako sa hood ng kotse.

He settled in between my legs and hugged me again. He rested his forehead on my shoulder and sighed after I returned his embrace. "I missed your warmth...Sol."

Mula sa kanyang likod ay itinaas ko ang kamay papunta sa kanyang buhok at ginulo iyon. Kagaya ng inaasahang, bumlis na naman ang tibok ng puso ko at uminit ang aking pakiramdam.

Kilala pa rin siya ng sistema ko.

That night, we stayed there for long while hugging each other. Walang gustong bumitaw dahil magaan sa pakiramdam ang yakap na iyon, na para bang naibsan ang ilang taon naming pangungulila sa isa't-isa.

Pero kagaya ng palagi kong sinasabi ay hindi pangmatagalan ang lahat. *Masyado nang nagiging mapaglaro ang tadhana na...umabot din sa puntong hindi na nakakatuwa.*

# KABANATA 26: Fatal

Naglalakad ako papunta sa locker room upang magbihis nang may makita akong magkasintahang lumabas mula sa isang pintuan. Puno ng benda ang braso ng lalaki na nagpapatahan sa umiiyak nitong girlfriend.

*"Tahan na. Hindi naman masakit."*

*"K-kasi, kasalanan ko kung bakit—"*

*"Wala kang kasalanan, okay? Aksidente lang iyon."*

Hindi man lang nila ako napansin. Nilagpasan ako ng dalawa at tinanaw ko sila hanggang makalayo. That was sweet. Naalala ko tuloy si Alas.

Speaking of him, Nakita ko rin siyang pumasok mula sa nilabasang pintuan ng magkasintahan kanina dahil hindi ko parin inaalis ang tingin doon.

Nang magtagpo ang mga naming ay ngumiti siya ng malapad at binilisan ang lakad papalapit sa akin. "Hi, Doc. Tapos ka na?"

Akmang hahalikan niya ang sentido ko nang umiwas ako, na ikinabigla niya. "Why?"

"Maglilinis muna ako. Kumakapit pa sa akin ang amoy ng gamot, baka hindi pwede sayo at magkasakit ka pa."

"Wala naman ah," inaamoy niya pa na parang tuta ang buhok ko. "Ang bago parin kaya. Amoy baby nga eh."

Inirapan ko siya at pinaling ang ulo sa kabilang

direksyon mula sa kanya, "You and your flowery tongue, Langga."

Hinintay ko ang sagot niya pero makalipas ang ilang saglit ay wala akong narinig. Nilingon ko siya at natawa dahil sa nanlalaki niyang mga mata. Ipinitik ko ang daliri sa harap ng mukha niya, "Ayos ka lang ba?"

Kumurap na siya ng ilang bese sa wakas at hinawakan ang mukha ko. "A-ano nga ulit iyon, Sol?"

"I was asking if ayos ka lang ba—"

"No, the one before that."

"You and your flowery tongue?"

"After that?"

"I was asking you nga kung okay ka lang—"

"Iyong call sign kasi, Sol. W-what did you call me?"

Kumunot-ang noo ko dahil sa pagmamadali sa tono niya, "Come on, say it again. Please?"

Tinawanan ko lang siya at sinapo din ang mga kamay niyang nasa pisngi ko pa rin hanggang ngayon. "Langga."

Kumalat ang pulang kulay sa mukha niya patungo sa tenga. Hinawakan ko ang isa niyon at inasar ulit siya. "You are blushing."

"Stop it Sol. Nabigla lang ako. Where did you learn that word? Alam mo ba ang ibig sabihin nun?"

"Oo kaya. I learned it from Yrin. Minsan kasi, tumatawag siya sa akin at magyayaya ng gala kaya kapag wala na kaming mapag-usapan ay tinuturuan niya ako ng ilang salitang Cebuano," proud kong sabi habang siya naman ay tumaas ang kilay na parang hindi naniniwala.

"Sige nga, ano pang alam mo?"

"Huwag mo akong hinahamon, Alas. Baka kung ano na talaga ang mangyayari sayo."

He grunted in disagreement. "Why don't we see for ourselves then?"

I teasingly smiled and wrapped my both arms around his neck. Alam kong sinabi ko kanina na maglilinis muna ako pero hayaan na nga.

Tumingkayad ako papalapit sa kanya, sapat lang na magkalapat ang mga ilong namin. With hoarse voice, I whispered, *"Gihigugma tika, Langga. Pinangga kayo tika."*

He was stunned, and was holding his grip tightly around me. Ang higpit ng kapit niya sa bewang ko na parang doon lang siya kumukuha ng suporta. What happened next was beyond my expectation.

Lumuwag ang pagkakahawak niya sa akin at sinalo ko ang bigat niya dahil...bigla nga siyang hinimatay.

\*\*\*

"That was embarrassing as hell, Fabian. Kung nandoon ako malamang ay viral ka na ngayon, tapos ang caption 'Hinimatay dahil sa call sign'," nang-aasar na ani Davis kay Alas na ngayon ay masama na ang tingin sa kanya.

Nandito kami sa isang restaurant at Nakita naming si

Davis kasama si Yrin. Mukhang lumabas din ang dalawa para kumain. Sinabi ko kasi sa kanila ang nangyari kanina sa ospital.

Mabuti nalang talaga at nandoon ang papauwing guard na tapos na ang shift. Tinulungan niya akong buhatin si Alas papunta sa upuan at hinintay ko nalang na magising siya.

Hindi naman nagtagal ay bigla siyang bumangon at parang wala lang na nag-ayang kumain daw kami sa labas.

Nang makita namin sila Yrin ay tinanong pa niya ako kung bakit mukhang nalate pa ako ng labas kaya sinabi ko nalang ang totoong dahilan. Hindi na tumigil sa pang-aalaska si Davis kay Alas matapos iyon.

"Titigil ka o hahambalusin kita ng upuan? Walang aawat sakin kapag napuno ako sayo, Mejez," seryosong sabi ni Alas habang humihiwa ng steak.

Siniko naman ni Yrin si Davis kaya huminto na ito sa pagsasalita pero paminsan-minsan ay pabirong tumitikhim upang pigilan ang tawa.

Napailing nalang kami ni Yrin sa kanilang dalawa.

***

"Good morning, baby," masayang bati ni Mom nang makaupo ako upang mag-agahan.

Tumango lang ako at hindi na nagsalita dahil hindi maganda ang pakiramdam ko. Mula kagabi kasi ay mabigat ang katawan ko at parang pinupukpok ang ulo ko dahil sa sakit.

Nag-aalalang nilapitan ako ni Mommy at sinipat ang aking noo. "Ayos ka lang ba? Bakit hindi normal ang init mo, Kas?"

"I'm fine, Mom. SInat lang po siguro."

"Well, you should get yourself checked. You're a doctor, you should know when something's off with your health."

"Yeah, I'll do that."

\*\*\*

Pumasok na ako sa ospital at nakasalubong ko pa si Yrin habang papunta siya sa opisina niya. "Ayos ka lang ba?"

"You're the second one to ask me that today, Yrin. Good morning to you too."

Sinipat niya ang noo ko at tila napapasong iniwas ang kamay pagkatapos. "Hindi normal ang temperature mo. Let's go, I'll check on you. May masakit ba sayo?"

Plano ko pa sanang itanggi pero inunahan niya ako. "Don't lie to me. Kailan nagsimula ito?"

I sighed dahil mukhang wala na akong kawala.

"Just lately. Hindi ko alam kung bakit hindi ako makatulog sa gabi. My head always aches whenever I tried thinking something."

"That's it. Ihahanda ko na ang CT scanner. Maybe the problem is in your head."

Tumango ako ngunit hindi na nakapagsalita dahil masyado nang tinutupok ng sakit ang aking ulo. It wasn't long until the darkness consumed my vision, and I fell.

Huli kong narinig ang pagtawag ng saklolo ni Yrin mula sa kasamahan naming sa ospital.

***

Nagising ako dahil sa among ng gamot. When I successfully opened my eyes, I was greeted by the white ceiling. Naramdaman ko din ang lambot ng hinihigaan kaya nalaman kong nakaratay ako ngayon sa isang hospital bed.

Masakit parin ang ulo ko pero hindi na katulad ng kanina. Kinapa ko iyon gamit at libreng kamay na walang swero at napapikit pa dahil nagsimula na namang umatake ang sakit at parang binibiyak ang ulo ko.

I waited for minutes while trying to stop myself from screaming. Slowly, the pain faded, but my eyes remained teary.

Parang may nakadagan sa kamay kong may swero kaya napatingin ako doon. There, I saw the sleeping Alas holding me tightly. Nakaupo siya sa upuang nasa gilid ng kama habang nakayuko.

Naawa ako sa posisyon niya kaya sinikap kong bumangon. Pinahid ko muna ang nakatakas nab util ng luha bago iyon. Pero nang maramdaman niya sigurong kumilos ako ay dumilat siya.

His eyes were bloodshot red from the sudden rouse. Binitawan niya muna ang kamay ko para mag-inat at kusutin ang mga mata. After that ay sinuri niya ako at tumayo.

"Kanina ka pa gising, Sol? Ayos lang ba ang pakiramdam mo...teka tatawagin ko si Yrin—" nagpapanic na aniya.

Hinawakan ko naman ang kamay niya at pinigilan siang lumabas. "I'm okay."

"Really, huh? Ngayon mo talaga sinabi iyan."

"Kasi totoo naman. I am perfectly fine. See?" idinipa ko pa ang dalawang braso upang ipakitang ayos lang ang lagay ko.

"Wait here. I'll call Yrin first. Siya ang nag-check sayo at baka may resulta na ng mga ginawa niyang test while you were sleeping."

"Bakit...ilang oras na ba akong tulog?"

"Three hours after I arrived, hindi ko alam kung ilang oras na lahat dahil hindi agad nakatawag sa akin si Yrin."

Napigil ang akmang paglabas niya upang tawagin Yrin nang pumasok ito sa loob. Kinabahan ako sa klase ng tingin na ipinukol niya sa akin.

Tumingin sa kanya si Alas at magtatanong na sana nang pinakiusapan niya iton lumabas sandali. *What is happening?*

"M-may...problema ba?"

Hindi siya nagsalita at lumapit lang sa akin. Umupo siya sa bakanteng espasyo sa gilid ko at nagulat ako sa biglaan niyang pag-iyak!

Malakas ang hagulhol niya at hindi ko alam kung paano siya patahanin kaya niyakap ko nalang siya, na agad naman niyang sinuklian. Nang makabawi ay kumalas siya mula sa akin at nagpunas ng luha.

"K-kas…bakit ganito? Hindi ka man lang ba nagtaka?"

Kumunot ang noo ko.

"The symptoms, the signs were evident…yet we didn't notice."

Unti-unting nawala ang pagtataka nang may bigla akong naalala. I remembered years ago. When the accident happened while we were going home from the remote chapel of San Sebastian.

Ang nasirang preno, ang pahirapang paglabas mula masikip na pintuan, ang pagbangga ng sasakyan sa kahoy, at pagkabagok ng ulo ko sa bakal na parte nito.

The bloody forehead…and the poor medical accommodation. Akala ko ba ay ayos na dahil wala naman akong—

Wait…so that explains the changes in me. It wasn't obvious at first, but if a person knows me well, they'll notice how my mood changes swiftly and…my infrequent blurry vision.

"It's in there?" pabulong kong tanong.

No this couldn't be. I was praying that it is not…please, huwag naman sana. Paano na…

Tumango siya ng pilit at umiyak na naman ulit. "O-oo

Kas. The tumor is spreading at a fast pace in your brain, and it is...fatal."

"What type?" I asked with closed eyes.

Matagal bago sumagot ang humihikbing si Yrin.

"*Gli-glioblastoma multiforme...*"

# KABANATA 27: Avoid

"Can I ask you a favor?"

"No." Matigas ang boses ni Yrin nang tanggihan ako. "Itatago mo mula sa kanya? Don't be selfish Kasie."

Umiwas ako ng tingin.

"Masasaktan lang siya kapag nalaman niya—"

"—mas masasaktan siya kapag hindi mo pinaalam. Don't make him go blind on this case, Kas. Hindi lang ito tungkol sayo. This is also about the ones who care for you."

Hindi ako sumagot. Hinawakan niya ang kamay ko at pinisil iyon.

"Nandito lang kami para samahan ka sa laban na 'to, Kas—"

"May ilalaban pa ba, Yrin?" mapait kong tanong sa kanya.

Alam kong malabo…wala na talaga.

"I'll buy some time. Maghahanda muna ako. Kaya please—" lumingon ako ulit sa kanya, "—ako ang magsasabi kung kailan."

Wala siyang nagawa kung hindi ang tumango nalang.

Pumasok si Alas at nagpanggap kami ayos lang ang lahat. Masaya namang yumakap siya sa akin at hinalikan ang sentido ko.

\*\*\*

Nang makauwi ay nag-ayos na ako para matulog. Kumain na kami sa labas kaya hindi na ako sumabay nang maghapunan sila sa baba.

I was lying on my bed when I remembered what happened earlier. Napabangon ako dahil doon. Umupo ako sa gilid ng malaking bintana at tiningnan ang malawak na lupaing sakop ng hacienda.

I heart tighten upon seeing the part were the man-made forest was located. Nakatulala lang ako sa kawalan dahil sa dami ng katanungang namumuo sa isip ko.

Paano ko sasabihin sa kanya? Malamang ay iiyak na naman iyon. I am like his switch. Parang hawak ko kung kailan siya sasaya at malulungkot. And that made me scared even more. Will he able to take my death lightly…or would he—I don't want to talk about it now.

Narinig ko ang mahihinang katok mula sa pintuan. "Kas? Are you still up, baby?" malambing na tanong ni Mommy.

Naputol ang pag-iisip ko at tumayo para pagbuksan siya. Matapos mapihit ang door knob ay nakasalubong ko ang nag-aalala niyang tingin.

Iginiya ko siya papasok na walang sinasabing kahit na ano. Maybe I'll start the announcement with my family?

Kapwa kami naupo sa gilid ng kama ko. Maybe she sensed the heavy atmosphere that's why she wasn't talking a word.

"May kailangan po kayo?"

Humarap siya ng maharani sa akin at magsasalita na sana nang may kumatok ulit. This time it was Dad. "Kasie anak? Papasok ang Daddy ha?"

"It's open, Dad. You can come in."

Hindi nagulat si Dad matapos makitang nandoon din si Mommy. What is this all about?

"Ano pong meron?" tanong ko matapos umupo ni Daddy sa tabi ni Mommy.

They were exchanging gazes before turning back to me. "May…hindi ka ba sinasabi sa amin?"

Pilit kong binalewala ang noo'y ideyang nabubuo sa akin. "Tungkol po ba sa pakikipagbalikan ko kay Alas—"

"Pinaalam mo na sa amin iyan."

"My promotion po ba—"

"Kastrein, are you sick?"

Napatigil ako sa pagsasalita at naramdamang nanlalamig ang aking mga kamay. Paano nila nalaman? Sinabi bas a kanila ni Yrin—

"No one told us," sabi ni Daddy na parang binabasa ang reaksyon ko. "You left this on the sofa."

Inabot niya sa akin ang brown envelope na kanina ko pa hinahanap!

"Daddy, t-this isn't—"

I don't know how to explain...and what to explain. What would I say? Na itatago ko naman talaga sa kanilang lahat dahil takot ako?

Napaurong ang tangka kong pagsasalita nang tumulo ang luha ni Mommy. Ngayon ko lang siya nakitang umiyak. She has been the most cheerful and lively.

Kung may problema man silang dalawa ni Dad ay inaayos nila iyon bago pa makarating sa akin. After witnessing their love, I wished for the universe to give me that kind of love too.

Iyong pag-ibig na sisikaping maging masaya ka lang sa lahat ng oras, at kung may sakit man ay gagawan ng paraan upang mawala. A love that will shelter you from the ugly points of life. At...hindi naman ako binigo nito.

Mayroon akong Alas na binibigay nga sa akin ang noon pa man ay hinihiling ko na.

Tuluyan na akong napaiyak nang niyakap nila akong dalawa. My comfort.

Natapos ang gabi sa iyakan at yakapan. They slept in my room and promised to take me out for a medication na next morning.

Pinangako nilang gagawin ang lahat upang mawala ang sakit ko at hinayaan ko nalang sila...kahit pa alam ko na ni katiting na pag-asa ay wala na talaga.

I just have to wait for that time now. Iyong oras na hindi ko naman kinatatakutan noon pero ngayon ay gusto ko nang humingi ng palugit...

\*\*\*

Tumutunog ang cellphone ko dahil may tumatawag pero hindi ko iyon sinagot dahil naghihintay pa rin kami ng sagot mula sa doktor na kaharap.

Isa itong neurosurgeon na pinabalik pa nila Mommy mula sa isang bakasyon para ilang ipasuri ako.

Umiiling nitong hinubad ang eye glasses at binaba ang resulta ng test. Tumingin siya kay Daddy ng may awa ang mga mata. "I have to give this to you straight, Klaudio. Hindi na maaaring pagtakpan ko pa ang totoong kalagayan ng anak mo."

"Is it that bad, Samuel?"

"Unfortunately…"

Kahit alam ko na naman ang sagot ay hindi ko parin napigilang mapasinghap. I tasted something bitter and feel a lump forming in my throat.

Umiiyak si Mommy sa aking tabi habang pinapatahan naman siya ni Daddy.

"No! T-this can't be! K-klaudio, s-si Kasie lang ang mayroon tayo, paano na…no…hindi ako makakapayag…she has to be treated!"

Nagsimula nang maghysterical si Mommy kaya wala kaming nagawa kung hindi ang lumabas nalang mula sa opisinang iyon.

\*\*\*

Days felt like hours for me after learning about my condition. At habang tumatagal ay palala ng palala ang sakit na dinadanas ko. May mga pagkakataong magigising nalang ako na hindi na maalala kung paano ako napunta sa kama.

Palaging nakaantabay sina Mommy sa tuwing mangyayari iyon.

I temporarily cut off my communication with the pack. Hindi na rin muna ako pumapasok sa ospital dahil alam kong hindi ko pa kayang makipaghalubilo sa ilan na parang wala lang.

Wala na akong narinig mula kay Alas at laking pasasalamat ko naman na hindi siya nagpumilit na pumunta sa mansyon.

\*\*\*

Mahihinang tunog ng keyboard ang maririnig sa buong kwarto ko. It's been days since I started thinking about this, and here I am...trying so hard to type my resignation letter.

This hurts me a lot—ending my dream in just a snap.

When I was little, I would always go for a doctor playset rather than dolls. It was like my heart was made for medicine and treating people. Nagtanong-tanong ako kung anong trabaho ba ang nanggagamot ng may sakit at nalaman ko nga na pagiging doktor iyon.

Ginugol ko ang oras sa pag-aaral ng medisina at hindi naman ako nabigo dahil ngayon ay doktora na ako.

Sa kabila ng pait ay may saya din sa akin dahil kahit sa sandaling panahon ay nakatulong akong gamutin ang sakit ng iba—na hindi ko magagawa sa akin.

I am helplessly dying, and even my dream can't stop it. The end is near, and I can feel it kaya mabuti na rin siguro kung dahan-dahanin ko na.

Masakit ang dibdib ko habang umiinit ang mga matang binabasa ang nakasulat sa puting papel na hawak. *So, this is it, huh? Patapos na talaga...*

Mahihinang hikbi ko ang pumalit sa noo'y ingay ng keyboard. I hugged my knees while trying to convince myself that it's okay. Ayos lang dahil doon din naman ang punta ng lahat pero sinong niloloko ko?

I know that the world is unfair, pero hindi mapigilang itanong kung...bakit *ako*? Bakit buhay ko pa ang napiling pahirapan ng ganito?

Hindi ba pwedeng pagpahingahin muna ako mula sa sakit?

\*\*\*

It was one rainy day when I decided to pass my resignation letter. Marami ang nagtaka dahil sa biglaan kong desisyon pero pagod na akong magpaliwanag. I just told them that it was something personal and private, kaya hindi na sila nangulit pa. Though, dito ko naisipang magpagamot—dahil narin sa pakiusap ni Mommy.

Hindi kasi ako sumang-ayon nang sinabi nilang susubukan pa rin namin. *Para saan pa?* Hindi ko naman gustong umiyak siya ulit kaya pumayag nalang ako.

I halted in my steps when I saw someone blocking my way. Mula sa pagkakayuko sa itim niyang sapatos ay inangat ko ang tingin sa kanya.

*Alas...*

"May problema ba tayong dalawa, Sol? Why are you not answering my calls?"

Makikita mong parang ilang araw na siyang puyat. Itim na eye bags, pagod na mga mata at magulong buhok. Pero kahit ganun ay hindi nabawasan ang nakakahalinang hangin na nakapalibot sa kanya.

He still looked dashing despite the weary appearance he has now.

"Wala. Huwag muna tayong mag-usap ngayon." Nilagpasan ko siya at mabilis na naglakad palayo. I know that he needs to hear something from me...an explanation maybe?

Pero hindi pa ako handa. Alam ko sa sarili ko na hindi ko pa kayang ipaalam sa kanya. Kaya hangga't maaari ay iiwas muna ako.

Hindi ko man aminin, umaasa pa rin akong panaginip lang ang lahat. Na gigising din ako na wala ang sakit na ito dahil hindi ko matanggap at...kahit kailan ay hindi ko matatanggap na ganito kabilis matapos ng lahat.

Hinabol niya ako at mahigpit na hinawakan ang aking kaliwang kamay. "Hanggang kailan mo ba ako balak pagtaguan?"

Iwinaksi ko ang kamay dahil nagsisimula na namang uminit ang gilid ng mga mata ko. "I am not hiding from you!"

My head started hurting again but I endured it and remained composed. *Hindi niya pa pwedeng malaman...*

"Let's talk some other time. Itetext ko nalang sayo kung saan."

I tried my best turning my back from him, ngunit napapikit ako dahil hinuli niya parin ang kamay ko. "W-what's wrong, Kas—what the hell?!"

Hindi ko na gaanong narinig ang sinabi niya at napahawak ako sa ulo ko dahil parang binibiyak na naman ito sa sakit.

"Ahh!"

Naramdaman ko ang mainit na likidong tumulo mula sa ilong ko at base sa amoy ay dugo iyon.

Binuhat ako ni Alas at tumatakbong bumalik siya sa ospital. I can hear him crying and in worried tone, he asked me to stay with him.

*Pero paano ko magagawa iyon kung mahirap nang idilat ang mga mata ko ngayon?*

Mula sa mahigpit na kapit ang naramdaman ko ang pagluwag ng hawak niya sa aking kamay at ang tuluyang pagbitaw nito.

I can't hold him any longer.

*Langga...*

## KABANATA 28: Alas

"Balita ko ay babalik na sila, apo."

Napatigil ako sa tangkang pagsubo ng kanin dahil sa sinabi ni Lola. Nag-aalmusal kami ngayon bago ako pumasok sa eskwela dahil hindi niya ako pinapayagang umalis na walang laman ang tiyan.

"Sino po?"

"Ang mga Herano."

Ibinaba ko na ang kutsara at tinitigan nalang ito. *Bumalik na sila?*

Hindi lingid sa kaalaman ko kung sino ang mga Herano. Dahil na rin siguro sa panay na paalala ni Tiya sa akin noon na alagaan ang kung anumang galit ko sa pagkawala ni Nanay. Palagi niyang sinasabi kung ano ang dahilan ng pagkawala ni Nanay at kung gaano kasama ang mga Herano.

Kasalungat ng mga bagay na isinilsil ni Tiya sa akin, pinalaki ako ni Lola na walang galit kanino man. Nang magkamalay ay hindi ko pa maintindihan kung bakit parang walang itinanim na sama ng loob si Lola sa mga Herano. *Hindi ba importante sa kanya si Nanay?*

She would always talk about how good friends Nanay Larissa and Donya Sabrina were. Kung paanong nagkakasundo ang dalawa sa kabila ng magkaibang estado sa buhay. Kung gaano kabait ang mga magulang ng Donya, at iba pa.

Sinabi niya rin sa akin kung gaano nalungkot si Nanay dahil hindi siya pinanagutan ng tunay kong ama. Naalala ko pa nga na nililipat niya sa akin ang usapan pagkatapos. "Huwag mo sanang gawin iyon sa magiging anak mo, Alas. Handa naman akong mag-alaga kung sakali."

Ngunit nabura ang agam-agam na iyon nang may ibinigay siya sa aking sulat matapos akong maoperahan. It was Nanay's last letter for me. Isinulat daw niya iyon bago pa man magdesisyon na maging surrogate ng mga Herano.

Pagkatapos iyong mabasa ay napaiyak ako. Paanong hindi ko man lang siya nakita? Hindi man lang ako nakapagpasalamat. My first love. My first heartbreak.

I then decided to end every hatred I have towards them, o may matutuldukan ba? Napagtanto kong tama si Lola, it was Nanay's decision. Nagkataon lang din na hindi niya pinaalam ang tungkol sa lagay niya kaya ganoon.

Pero kailangan ko parin na obserbahan ang tinatawag nilang heredera. Kailangan kong husgahan kung tama lang ba na nagsakripisyo si Nanay para mailuwal siya. Kung hindi naman ay tuturuan ko siya ng mabuting asal.

Ano kaya ang itsura niya? Malamang ay maganda. Base kasi sa mga litratong naiwan ni Nanay, maganda ang Donya. Kaya hindi makapagtataka kung ganun din ang anak nito.

I started wondering, alam kaya niya ang koneksyon namin?

"Wala naman sigurong masama, Kuya…"

*Hindi kita kapatid. At kung may kapatid man ako ay hindi ko gugustuhing ikaw iyon.*

She looks so innocent while trying to end our conversation. Nakita ko kung paanong humagod ang tingin niya sa aking mukha. *Nakapasa ba, Miss?*

Sino kaya ito? Ngayon ko lang siya nakita. Sigurado akong hindi ko siya napansin sa SSSU noon dahil kung nakita ko man ay hindi siguro ako nakatanga ngayon na parang sira.

May hangin sa paligid niya na dahilan kung bakit mapapahinto ka. She has this alluring aura that made me stunned after seeing her whole face. Mula sa tila walang pores na mukha, itim na mga mata na parang kinakausap ka, matangos sa ilong at maliit na labi na parang—*tumigil ka nga, Alas!*

Lihim kong sinita ang sarili dahil sa tila nawawala sa pokus nitong iniisip. Bakit nga ulit ako huminto? Ah, she was walking with her head down at hindi sumakay sa kadadaan na jeep.

*I should meddle!* Hindi pinapalakad ang mga ganito kaganda! Paano na lang kung may mga tambay na mangtitrip sa daan?

Pinching myself wasn't enough to keep me sane. Lalo na noong nagkaroon ako ng pagkakataong mabasa ang ID na suot niya. *He…rano?*

Siya iyon? Ang batang heredera?

Imbis na pagkamuhi ay pagkasabik ang nararamdaman ko. Bakit sila bumalik? Dito na ba sila titira? Kilala niya ba ako?

My mind was full of questions that I almost fell from my bike. Nagkahalo-halo na because of the sudden excitement that I felt.

Bakit siya naglalakad kung ganoon? Pagod ba siya?

I offered her a ride na agad naman niyang tinanggihan, which I expected. Heredera nga, kaya bakit sasaky ng bisikleta, Alas? Mahinang saway ko sa aking sarili.

Pero hindi ko naman siya pwedeng pabayaan na lang na maglakad dito. Lalo na ngayon na nalaman ko na kung sino nga siya.

I was having an internal battle when I noticed her tapping her feet na para bang naiinip na siya at gusto na niyang umalis ako—na hindi ko ginawa.

Pinaangkas ko siya at nagsimula na kaming bumiyahe. That was the first time I got to see her. Alam kong masusundan at masusundan pa iyon dahil parehas kami ng pinapasukan kaya pinag-igi ko ang pagkalap ng impormasyon tungkol sa pagbalik nila.

When I learned that there were no hidden agenda and that she was clueless of our connection, I decided to keep an eye on her. Hindi dahil sa apelyido niya, kung hindi…dahil sa biglaang pag-iba ng tibok ng puso ko mula noong araw na iyon.

It was the stolen glances that made me realize that she

has this strong yet calming aura. Iyong tipo ng hangin na matatakot ka sa una pero kapag nakasanayan ay magiging magaan na sa pakiramdam.

Palagi lang akong nakatanaw mula sa malayo. Nandoon lang ako palagi at patagong nag-aabang kung nakarating na ba ang sasakyan niya at kung ligtas ba siyang makakauwi.

It was creepy and I was wondering why am I doing that. Aside from keeping her safe, may iba pa ba?

That was answered when I found out that my heart's rhythm changes every time it is her I am facing. Para akong palaging kinakabahan sa magandang paraan. I feel like a high school boy who loves seeing his crush after a long tiring day.

Friendship. Iyon lang ang ninais ko noong una pero kalaunan ay naghangad ako ng higit pa doon. When I learned that she was nowhere to be found that night ay umalis ako ng walang pasabi. I just can't let her wonder around in the middle of the night.

Kahit sabihin pang kaya niya ang sarili ay hindi parin maiaalis sa akin ang mag-alala. Halos suyurin ko na ang buong San Sebastian, mahanap lang siya, and I did find her.

Nagkaaminan na nga. I saw that coming, the rejection. Pero hindi ko inakalang ganun kabilis. To fast that I have to keep my legs from being wobbly at baka ay mitumba lang ako.

It was painful—I'm not denying that. Masakit marinig na hindi siya naniniwala at pinipilit pa na hindi tama ang lahat. It was frustrating that she didn't believe a thing about how I feel...just because we started off as friends.

She disappeared in a blink again. Nalaman ko iyon nang sinundan ko siya sa mansyon nila matapos kong ipaliwanag kay Tiya ang lahat. Binigyan ako ng permisong puntahan ang man-made forest at doon ko siya nakitang nakatulala.

Blangko lang ang ekspresyon niya habang nakatingin sa kawalan. *Did it hurt you this bad, Sol?*

We made up. Things were cleared and we were back to being happy with each other. Pero hindi nagtagal iyon, dahil sinubok na naman kami ng pagkakataon.

"Sinabi na ba sayo ni Kasie kung tutuloy ba siya?"

It was Jirah, asking me one time when we were left inside the SSC office. Naghahanda na akong umalis dahil naghihintay na sa akin si Kasie nang magtanong siya.

"Saan siya tutuloy?"

Napakunot ang noo ko dahil wala naman akong maalalang sinabi si Kasie na may gagawin siya. She's leaving? Bakit hindi niya ako sinabihan?

"Hindi mo alam, I mean...hindi niya sinabi?"

Para siyang nahuling may ginagawang masama dahil napatakip siya ng bibig. *"Ano ba iyan..."*

She was whispering, kaya mas lalo akong nagduda na mayroon nga talaga akong hindi nalalaman. "Spill it,

Jirah."

Napangiwi naman siya at humarap sa akin. "Eh k-kasi…natanggap siya sa Harvard at…hindi niya pa kino-confirm kung tutuloy ba siya…for the next academic year…"

Lumabas akong wala sa sarili. Bakit hindi niya sinabi sa akin na…o may plano ba siyang umalis? Kung wala naman, is it because of…me?

I reached for my chest when it started hurting. Tumitibok iyon sa…masakit na paraan. I had to hold the nearest wall for support dahil baka bigla akong matumba.

Isa pa ito sa mga problema ko. My emotions should be limited dahil hindi pa gaanong sanay ang puso ko. The doctor who performed the surgery back when I was sixteen still contacts me. Only to remind that I am still not fully healed.

"Tara na?" hirap na hirap kong aya sa kanya.

I am now forcing myself to be strong and firm.

*Hindi pwede Alas. Hold yourself, man. She needs to go…*

Iyon ang paulit-ulit na mantra ng isip ko. When she finally turned her back from my direction, I silently pleaded for her to look back…*face me again, Sol. Even for the last time…*

But she didn't…which was good.

*It's okay. Kung tayo talaga ay mahahanap natin ang daan pabalik sa isa't-isa.*

Then it started, the thing that I feared most...ang malayo sa kanya. I acted like nothing happened...that it wasn't a big deal, but it was!

Gusto kong maging madamot kahit ilang segundo lang. Pero alam kong hindi pa pwede. We still need to face the world...on separate fights. And that's what we did.

I work hard to become someone I dreamed to be, at alam kong ganoon din siya. I made a dummy account in Instagram para lang makibalita sa kanya—na siyang tinigil ko rin kalaunan.

*Wake up, Alas! You need to fix yourself and make her proud, remember?*

Matapos ang ilang taon ay naibsan na rin ang pangungulila sa kanya. My breath was taken away from me when I saw her in the medical mission that time.

Hindi ko alam kung ano ang mararamdaman. *H-how...w-when...bakit hindi ako sinabihan ni Yrin na nakauwi na pala siya?! Sayang ang ibinayad ko sa babaeng iyon!*

Then it came rushing back...the feeling that was never really gone and the reaction of my system around her.

She's back. My Solar is here again...

Davis was constantly teasing me after we went out, but I was just shrugging my shoulders. Hindi na ako nag-abalang patigilin siya sa kakatukso dahil...totoo naman.

*What can I do when...I am down bad for the Herano heiress?*

# KABANATA 29: Sun

My closed eyes tightened when I felt a presence occupying the seat on my left. *He's here...*

Dinala niya ako sa ospital at nalaman mula kay Yrin ang totoong nangyayari sa akin. He was silent the whole time Yrin was informing him kaya hindi ko mahulaan kung ano ang iniisip niya.

"When did it start?" he carefully asked that it broke me.

I was greeted by the white walls of the hospital room after opening my eyes. Malabo pa noong una pero unti-unti ding luminaw.

"I don't know...years ago? I'm not sure..."

That was followed by a deafening silence. Walang gustong magsalita sa aming dalawa at basagin ang katahimikang iyon. Kapwa kami naninimbang sa sitwasyon.

"M-ma...magagamot pa naman...diba?"

He sounded hopeful...that I would say yes. Pero hindi ko kayang paasahin siya kaya...umiling ako. From my peripheral vision, I saw him shutting his eyes close and swallow something.

Parang hirap na hirap siyang makipag-usap sa akin ngayon. "W-why didn't you tell me? Until when are you going to keep me blind about this, Kas?"

Hindi ako nagsalita.

Mabigat ang hanging nakapalibot sa amin dalawa ngayon. Too heavy that I might breakdown when he'll move an inch again.

Nagsimulang humapdi ang mata ko kaya ilang ulit ko iyong kinurap para pigilan ang mga luhang nagbabadya na namang tumulo.

Pero hindi ko na iyon napigilan nang…lumapit siya sa akin at niyakap ako mula sa gilid. His shoulders were bouncing up and down. Unti-unting lumakas ang hagulhol niya habang yakap ako.

He was hiding his face from me, but it didn't help…it didn't help in hiding his pain. He almost shouted because of frustration.

"H-hindi ka p-pwedeng…no I…I c-can't even say it, Kas."

Napatakip ako ng bibig dahil sa nangyayari sa amin ngayon. I've never seen Alas in such a weak state. Palagi siyang may nakahandang ngiti sa tuwing titingin sa akin.

I managed to wipe my tears away and gain back my composure.

Hinawakan ko ang kamay niya at marahan iyon hinila—dahilan upang mapatingin siya sa akin.

When he lifted his head, I saw his red eyes and the tears that were streaming down his face. Napapikit pa siya noong punasa ko gamit ang aking kamay ang mga luhang iyon.

He held my hand and pleadingly looked at me. "P-please, tell me you're going to be alright, Kas."

I smiled despite of the lump that forming in my throat. *How can I Alas? Hindi ko gustong magsinungaling sayo...*

Nang walang makuhang sagot ay ipinatong niya ang noo sa balikat ko at umiyak ulit. He knew that the silence was...not a good thing.

Dahan-dahan kong hinagod ang likod niya. Tanging iyak lang niya ang maririnig sa loob kaya wala akong nagawa kung hindi ang pakinggan nalang iyon. Hindi naman ako naghintay ng matagal bago siya nakabawi at natahimik na.

"Then, let's make the best out of it?"

I nodded.

*We should, Alas...dahil walang kasiguraduhan kung kailan kita iiwan. I only want to leave good memories with you.*

At iyon ng ang ginawa namin. Together with the medication, we did the things that we planned on doing before too.

We went out for outings na exclusive lang para sa aming dalawa. Pinuntahan namin ang mga lugar na nagsilbing saksi kung paano namin minahal ang isa't-isa.

Bumalik kami sa SSSU at kumain ulit sa kainan ni Manong. Tumambay kami sa man-made forest ng ilang oras at umalis lang matapos ang takipsilim.

Binisita din namin ang puntod ni Nanay Larissa. There,

I saw him cried again. Na para bang batang nagsusumbong sa nanay niya dahil sinaktan siya ng mga kalaro. And that playmate he was referring to...was *life*.

Our trips weren't purely for happiness. Nagkaroon ako ng ilang episodes where my vision will suddenly get blurry and I will black out afterwards. But as expected, Alas was there...and he was keeping his best to understand me.

Paminsan-minsan ay dumudugo narin ang ilong ko na hindi naman nangyari noon. That's when I knew that this...is getting worse...

Noong una ay naghe-hysterical pa siya kapag ganoon, pero nung tumagal ay nasanay din siya. It hurts me...knowing that he has to deal with this...just because he loves me dear.

Our last stop was at *that* resort.

Hawak-kamay kaming naglalakad sa tabing dagat...sa ilalim ng malakas na sinag ng buwan at mga bituin.

Malamig ang gabi, at tanging ang magkasiklop lang naming kamay ang pinagkukunan ko ng init. I held on to his like my life depend on it.

Huminto kami matapos marating ang bahaging iyon...kung saan namin napagpasyahang bigyan ng subok.

Magkaharap na kami ngayon at nakita ko ang maliit niyang ngiti. "Are you happy?"

Tumango ako. "S-salamat. I am grateful to you, Alas...beyond words can express."

"Do you know why I had the courage to talk to you on our first meeting?"

My forehead knotted. "Wasn't it because of curiosity? Kung bakit may naglalakad kung may masasakyan naman?"

He smiled, while trying to remember that time. "Well, that was one. Another reason was that tension. Masyadong malakas ang hatak mo at hindi ko na namalayang gusto ko na palang dumikit sayo."

I felt that too, and I can still feel it now. I won't deny that I tried getting to know other men when I was away.

Sinubukan kong idaan sa pagkilala ng iba ang paglimot ko sa kanya, pero mas lalo ko lang siyang naaalala. I would end up comparing the feeling, and later on I gave up wasting my time.

"That's when it all started...the clinginess and everything. It was too late for me to realize that what I wanted was more than the friendship we had."

Nagsimulang mabasag ang boses niya at nagtaas-baba ang balikat. Tiningnan niya ako ng diretso sa mga mata, at sa tulong ng sinag ng buwan ay nakita ko kung paano tumulo ang iilan niyang luha.

"I was lucky to have you in this lifetime, Sol. At kung ako ang masusunod ay...hindi ako papayag na ganito kaaga..."

Nagsimula na namang sumikip ang dibdib ko at naramdaman ko na naman paghapdi ng aking mga mata. Lalo na noong magpatuloy siyang magsalita gamit ang basag na boses.

"Kaya, I want to be selfish for once too. Gusto kong gamitin ang natitirang oras para gawin ang mga bagay na plano ko pa sanang paghandaan. Life really is playful huh? Palagi nalang ganito…hindi ako makakapaghanda kapag may gusto akong gawin."

Tumawa siya ng pagak. Tinaas ko ang kaliwang kamay at pinunasan ang basa niyang pisngi.

"I wanted to use your remaining time making memories with me…kahit alam kong hindi iyon magiging sapat kasi marami pa akong pangarap, Sol. Marami pa akong pangarap na gustong tuparin kasama ka. I envisioned you…walking down the aisle with a bright smile…while I was waiting at the end."

"Hindi ko man matutupad iyon ngayon, gusto kong malaman kung ano ang isasagot mo kapag nangyaring alukin kita na makasama ko hanggang…sa lagutan ako ng hininga?"

Hinayaan ko nang tumulo ang mga luha at mapait na natawa. Please, this is too painful for the both of us. Kapwa kami gustong sabihin nalang ang lahat.

"Silly. What do you think would be my answer then?"

He shrugged while trying to hide his pain. Ilang beses siyang kumurap para pigilan din ang kasunod na luha pagkatapos makitang tumulo na ang sa akin.

"Bakit…hindi mo ako tanungin…ngayon?"

He exhaled and stood up straight. "Okay…"

Dahan-dahan siyang lumuhod at may kinuha mula sa bulsa ng suot niyang pantalon. Napatakip ako ng bibig dahil…isa iyong singsing. Inilahad niya iyon sa akin.

*He planned this ahead?*

Sa kabila ng nanginginig na labi at kamay ay nagawa niyang bigyan ako ng malapad na ngiti bago magsimula…

"Sol, I only knew how cold life was before you. After Nanay Larissa, I didn't know that love could still be possible for me. I am bound to get left behind, kaya para saan pa? But you came…and it all went straight. Now I want to ask you. Would you want to spend a lifetime with me, bear my children and keep me warm until we're both unable to stand on our feet? Kastrein Herano, can you take me back, as your husband this time?"

My sobs became louder, and instead of answering, I fell on my knees and hugged him while crying. Mahal na mahal ko siya!

"Of course, Alas…I'm spending the rest of my days with you. It's a yes."

Niyakap niya ako pabalik at humiwalay upang isuot sa akin ang singsing. Napatingin ako sa daliring suot iyon. It was a simple yet elegant design that the plain band and shining diamond in the middle speak for its cost.

\*\*\*

"Rise and shine, Sol."

I grunted while trying to open my eyes. Sumasakit na

naman ang ulo ko kaya napabalikwas ako ng bangon at tumakbo sa banyo. I throwed up at nag-aalalang hinagod ni Alas ang aking likod.

Matapos makapag-ayos ay naupo ako sa hapag. We are still in the resort and decided to roam around before leaving in the afternoon.

Magkaharap kami at nilagyan niya ng gulay ang plato ko. "Here, my *fiancé* has to eat healthy food."

Nagpakawala siya ng hininga matapos iyon. "That sounds good. Pero mas maganda kapag asawa na talaga kita."

Uminit ang mukha ko at ngumiti ng bahagya. Ang aga-aga at nambobola na naman siya!

"Siya nga pala, after drinking your meds, magpahinga ka muna. May pupuntahan tayo mamaya."

"Saan?"

"Sikreto muna…" he said in a sing-song voice.

Nambibitin pa nga…

\*\*\*

It's already 4:30 and I just woke up. Nakatulog ako ulit pagkatapos kumain dahil sumasakit parin ang ulo ko.

I forced myself to get up and look for Alas, but he was nowhere inside the room. *Nasaan kaya iyon?*

My eyes landed on a sticky note na sinadya atang ilagay sa sahig. Kumunoy ang noo ko ngunit unti-unti din iyong nawala nang makilala ko ang sulat-kamay nito.

*Alas...*

*Dearest fiancé,*

*Please meet me on that spot at 5:30. I have something to show you...*

*Love,*

*Langga*

May icon pang humahalik sa dulo kaya hindi ko mapigilang matawa. He really has his unpredictable ways.

Kahit hindi pa man oras ay nag-ayos na ako ng sarili at lumabas. I was shocked to see Yrin and Davis in the lobby. Pero man lang sila nagulat. Instead, they were all smiles while approaching me.

"Hi, Kas. Kumusta ang pakiramdam mo, better?"

Litong akong tumango. "What are you doing here?"

"We have to show you something. Here, have this first."

Inabot ni Yrin sa akin ang isang punpun ng puting bulaklak. *Anong nangyayari?*

Walang pasabing hinila ako ni Yrin palabas at naglalakad kami papunta sa isang lugar. Did Alas told them to bring me here?

Nagsimulang kumirot ang puso ko dahil sa ideyang pilit na namumuo sa akin. Don't tell me...

I was halted in my steps when I saw them...my parents. Kapwa sila nakangiti habang nilalahad ang kamay sa akin.

My first love was not Alas, but them. Sila ang unang nagmahal sa akin ng totoo. Nakikita ko sa mga mata nila ang magkahalong sakit at saya.

Saya na makita akong lumalaban, at sakit dahil pakiramdam nila ay wala silang magagawa upang maibsan ang sakit na dinadala ko.

When I reached where they're standing, my Mom held my hand tight, while Daddy was tapping my head. "Ang baby namin...ikakasal na."

"You really are a grown woman now, anak. Sana ay ingatan niyo ang isa't-isa," said Daddy in a hoarse voice. Tumikhim pa siya pagkatapos sabihin iyon.

I nodded, even when my heart was hurting like crazy. Sobrang sakit na halos hindi na ako makahinga sa pagpipigil na umiyak.

Aside from Alas, my parents were the reason why I am afraid of leaving. Paano sila? Sisisihin ba nila ang mga sarili? I hope not.

Walang silang pagkukulang bilang magulang. They provided me with everything I needed and that's enough. They've done their part...well.

Tuluyan nang kumawala ang mga hikbi ko nang may kinuhang flower crown si Daddy. Ipinatong niya iyon sa aking ulo at hinagod ang buhok ko pagkatapos. "My princess...is now becoming someone else's queen."

I hugged them both while trying to regain my composure...that was too hard because they were embracing me with gentleness, na para bang mababasag ako kung maluwag o masyadong mahigpit.

Naramdaman ko ang pagkabasa ng balikat mula sa luha ni Daddy, at narinig ko ang mahihinang hikbi ni Mommy. Nakita ko din sa gilid ang pagtalikod ni Yrin at pag-alo sa kanya ni Davis.

We were all hurting in silence. Wala sa amin ang nagsalita tungkol sa kung ano ang dahilan ng pag-iyak, pero ramdam namin ang mahinang pagkain ng sakit sa mga oras na iyon.

My heart feels heavy while watching them weep for me.

After a while, we were walking side by side habang papunta sa lugar na iyon.

The sun was readying to set in the west when I saw it. *Golden hour, huh?* Parang nakangiti sa akin ang kahel na langit habang binabagtas namin ang daan.

We reached the spot and I was in awe upon seeing the elegant set up. There were flowers—lots of it and in the middle was a long, red carpet. May isang pari na nakatayo sa harap ngunit wala sa kanya ang atensyon ko kung kung hindi na kay…*Alas…*

He looks handsome in his white long sleeves tucked in his beige pants. Nakaayos din ang buhok niya sa malinis na paraan. Nakangiti siya habang hinihintay kami…ako.

May tumugtog na kanta sa kung saan ngunit wala na akong panahon para hanapin iyon. Dahan-dahan kaming naglakad nina Mommy sa pulang carpet.

Our steps were heavy and limited, like my parents were having second thoughts of giving me to him.

My mom was tapping my arm. Para bang hinehele ako...o ang sarili niya?

Nakarating kami sa kinatatayuan ni Alas, and we exchanged smiles.

Nagmano muna siya kina Daddy bago hiningi ang kamay ko. "P-pwede ko na po ba siyang hawakan?"

Naramdaman ko ang paghigpit ng hawak sa akin ni Dad na parang nahihirapang pakawalan ako. "I have to ask you one last favor, Alas. I have to know if you are worthy of my princess dahil alam kong...no one in this world would ever be."

"I am all ears, Don Klaudio..."

Humugot ng malalim na hininga si Daddy at nag-iwas ng tingin bago magpatuloy. "Gusto kong makiusap na...gawin mo ang lahat upang alagaan siya. Never hurt her. Darating ang oras na mauubusan ka ng pasensya dahil sa sakit niya. Pero bilang ama...at unang lalaking minahal niya, nakikiusap ako, just return her to me, complete and unharm."

This time, he faced Alas while pleading, "Huwag mo lang pagbuhatan ng kamay dahil kahit kailan...hindi ko iyon magagawa sa kanya. She is my princess, young man. Walang amang gugustuhing pakawalan ang anak niya at ipagkatiwala ito sa ibang tao. Pero dahil..." Dad paused for a bit to breath. "... nakikita kong masaya siya sayo ay titiisin kong huwag siyang ipagdamot."

Naramdaman ko ang paggalaw ni Mommy sa aking tabi upang magpunas ng kung ano sa mukha nya habang nakabaling sa gilid ang ulo.

Matapang na tumango si Alas. "Makakaasa po kayo...walang balikang magaganap. Mahal na mahal ko si Kasie, Don—"

"—*Dad*. Call me that, Alas. Simula noong araw na naging kayo ng anak ko ay...anak na rin ang turing ko sayo. Kaya, huwag mo akong biguin."

"I won't...*Dad*."

Matapos ang matagal na pag-uusap ay tuluyan na akong binigay ni Daddy kay Alas. Humarap kami sa pari na kanina pa naghihintay. Under the amber skies, we said our vows.

"...with the power vested upon me, I pronounce you man and wife. Larreon, you may now kiss your bride."

Nagpalakpakan sina Yrin at ang iba pang tao na nandoon. I even saw Lola in the group.

Humarap kami ni Alas sa isa't-isa at nagngitian. "Finally..."

He held my cheek and tilted his head. Unti-unting lumapit sa akin ang mukha niya at napapikit nalang ako. When I felt his soft lips on mine, I sighed. *So, this is how it feels like, huh?* Tama nga sila, first kisses are magical.

Even for a while, I forgot about my sickness. Alas has that certain power to make me feel only the happy moments. But I know, that wasn't permanent.

*Nothing isn't…*

Well, at least, I spent my remaining days doing what I wanted.

Alas, you are the depth I was willing to conquer with no fear. I already knew that even before seeing you riding a bike that day. Itinakda na ng araw na para tayo sa isa't-isa.

The only loophole was that…it wasn't stated *until when*.

# KABANATA 30: Larreon

"She's having episodes again?" malungkot na tanong ni Yrin.

Hindi na ako nagsalita at bumuntong-hininga nalang. I looked around the white walls and ceiling of the place.

Nandito ulit kami sa ospital. Nahimatay na naman si Kasie kanina habang kumakain kami kaya dinala ko siya dito.

While nervously tapping my foot on the floor, I asked her, "Nagkaproblema din ba kayo ni Mejez, Yrin?"

I can see her sadly nodding her head from my peripheral vision. "Oo naman. I mean, it's normal. Mas mature pa nga kayo humawak ng relasyon kaysa sa amin, e. Hindi lang namin pinagsasabi, pero ilang beses narin kaming naghiwalay. Dumating pa nga sa point na akala ko ay wala na talagang pag-asa na magkabalikan kami."

Hindi nga namin alam iyon.

"You see, Alas, I can never say that we share the same pain. Alam naming lahat kung gaano mo kamahal ang kaibigan ko. Tanggapin man natin o hindi, Kasie's fate is sealed. At ang magagawa lang natin ay pasayahin sya."

Right. It feels frustrating, na wala man lang akong magawa para mabawasan ang pisikal na sakit na nararamdaman nya.

Siguro nga, I can brighten her day and emotions, but I wanted to help her more than that.

Mula nung nalaman ko ang tungkol sa sakit nya ay hindi ko na ginustong umiyak sa harap nya. Kasie may never want to be pitied, pero mas hindi niya gustong may umiyak nang dahil sa kanya.

We all know how her mind works, and it would always resort to blaming herself once everything is out of her control.

"And mind you, making her happy is a piece of cake," ani Yrin.

Lito ko siyang tiningnan pero nginitian lang nya ako. She tapped my back two times before saying, "Your mere existence is her happiness, Alas."

Natigil lang ang pag-uusap namin ni Yrin nang lumabas ang doktor na tumitingin sa kanya at hinahanap ako.

"How is she, Doc?"

Bumuntong-hininga ang doktor at umiling. "Naagapan na temporarily. Pero I won't beat around the bush, Engr. Fabian. Masyado na siyang nagiging mahina."

Napalunok ako dahil doon.

"Her situation worsened the moment when she started feeling severe nausea and nose bleeding. Though I admire her for being strong, naaawa na rin ako kay Dra. Fabian. I suggest to cut her hair. The radiotherapy is thinning it and it might pain her more if we'll wait for it to fall off rather than cutting it earlier."

\*\*\*

Pumasok ako sa loob ng silid kung saan siya naka-confine. There, I saw her sitting on the edge of the bed. "How are you feeling—"

"Umalis ka muna."

I was confused because of the cold tone she used. "Iwan mo muna ako."

"B-but—"

"Please Alas, let me be for now. Kahit ngayon lang…"

I nodded. *Naiintindihan ko, Sol. Pilit kong iniintindi.*

I went home, still in excruciating pain after my last conversation with Kasie. Akala ko ay kaya ko siyang tiisin, pero nang malaman ko mula kay Yrin na kakalbuhin sa siya ngayon, I just found myself walking inside the hospital again.

Nang makarating ako ay siya lang mag-isa ang nandoon sa loob ng silid. *So, it's done?* Tapos ng putulin ang buhok niya.

My heart tightened. What could've been her reaction? Was she crying while they were cutting her hair?

She's still the most beautiful kahit wala na siyang buhok. She noticed me so I decided to walk towards her. Nang makalapit ako sa harap niya ay yumuko siya na para bang nahihiya. She started sobbing softly, and it slowly breaks my heart.

"A-ang pangit ko na, Alas."

I held her hand and fell on my knees. Magkalebel na ang mukha namin ngayon. "Who told you that, hmm? You were never…even an inch ugly, Sol.

Pinakamaganda ka…sa lahat."

She cried even more painfully when I took off my cap, seeing my once healthy hair now bald.

Ang sakit sa dibdib ng mga hikbi niya dahil sinikap niyang tahimik lang ang mga ito. She's always like this, putting up her tough facade na alam naman niyang hindi uubra sa akin. I can always see through her.

"You can cry, Alas. Huwag mong pigilan dahil makakasama iyan sayo."

And just like a switch turned on, my tears fell in an instant. How can she still think of what's good for me ngayong nandito siya at…nahihirapan na?

She raised her right hand to wipe my tears and held me after a second. Napapikit ako nang manatili ang kamay niya sa aking pisngi.

It kills me how cold her hand is now. Para na itong yelo sa lamig, too far from the warm hands I always held on to feel comfort.

It's making me anxious at the moment, realizing how her warmth is fading…*and so is she.*

"Paano ako uusad, Kas? Hindi ko yata kaya."

Before, I always told her to go. Na ayos lang na umalis siya at abutin ang mga pangarap niya kahit hindi ako kasama.

It was the hardest part of loving an independent woman. She can survive without me while I can't pull my shits together without her.

Nonetheless, her love for me was everything I hoped on. It was enough assurance for me na kahit saan man siya dalhin ng pakikipagsapalaran...sa akin parin siya uuwi. I will always be her home, welcoming her with open arms.

Ngayon ay...maiiwan na naman ako.

The difference is that this time, aalis na siya at... hindi na siya kailanman babalik.

"You can do this on your own now. I know you can."

Umiling ako. "Can't I come with you? Please?" I am now begging her. "Please Sol, take me with you."

*Ayoko ng maiwan, Kas. Ang sakit na. Pagod na akong masaktan dahil sa pareparehong rason.*

Una si Nanay, ngayon naman ay ang babaeng pangarap ko pa sanang makasama habangbuhay? Can't fate be less painful for us both?

"There is a bright future ahead of you, Alas. Promise me, you're not going to dwell on *us*, okay? You need to love again."

How can I, huh? Gayung alam kong kahit sa susunod na habang buhay ay...mananatiling ikaw.

"If we happen to meet in the next lifetime, I promise to keep you and never leave you behind again, Alas. Ayaw ko man, pero kailangan na talaga. "

"Can you still be my sun?"

"I would like to be your other form of star, Alas. That star who shines at night and hides in day. I want to be with you in your dark days. I know you needed me more on those."

Ngumiti ako ng mapait. "Aright, I'll hold on to that."

\*\*\*

My phone rang, revealing a reminder I set a few weeks back.

*'Anniversary with Solar'*

*Ngayon pala iyon?* I silently hissed upon realizing na hindi na naman ako nakapaghanda ng sorpresa. When I look at the time, it was still nine in the evening. Dali-dali kong kinuha ang jacket sa gilid at umalis.

\*\*\*

It was quarter to midnight when I placed Kasie to her wheeled chair. I successfully planned something for our anniversary. She's too weak now pero nakadilat parin siya.

"Are you tired? Pasensya na. May ipapakita lang sana ako."

"Where are we going?" she was struggling to ask.

"Sa rooftop. Wag kana lang magsalita ok? It will drain you. Just trust me on this one."

She weakly chuckled that I almost couldn't hear it. "Palagi naman."

Dahan-dahan kong tinulak ang sinasakyan niya and we reached the rooftop in no time.

Malamig ang simoy ng hangin, pero dahil makapal ang mga suot naming sweater ay ayos lang. The blanket of stars was in full view.

Walang senyales ng nagbabadyang ulan kaya mas maganda. It was the perfect scenario anyone could dream of. Full moon, stars shining brightly, while holding the person they love.

"Sol, I bought a guitar with me. Wanna hear a song?"

"M-marunong ka ba?"

I smiled upon hearing the tease in her voice despite the weakness. "Oo naman. Davis taught me when we were still reviewing for the board."

She nodded slowly, and was signaling me to start.

I strummed the strings while singing a verse that fit us now.

*O kay sarap sa ilalim ng kalawakan*

*Kapag kapiling kang tumitig sa kawalan*

*Saksi ang buwan at bituin sa pagmamahalan*

*Nating dalawa, nating dalawa—*

I stopped singing when she leaned on my shoulder, sighing. Right then, alam kong kailangan na niyang umalis.

I looked at the bright rays of the moon. Ngayon ko lang napansing iba ang pagkakasinag noon.

"The moon is beautiful, isn't it?"

"I can die happy," she whispered. "D-dahil aalis ako na ikaw ang...huli kong nakikita."

My eyes started to swell and my heart was denying something. *Handa na ba kami...ako?*

Can't this be delayed? Even for a bit?

Pero ayokong nakikita pa siyang nahihirapan. Mas masakit na nakikita ko siyang ganito, lumalaban dahil lang ayaw niya munang iwan ako.

Binitawan ko ang hawak at iginiya pasandal sa akin ang nanghihina niyang katawan. "You need to go right? Okay na Sol, okay na. Huwag mo na akong isipin. I'll be alright."

Inaalo ko siya at pinangakong magiging maayos lang ako. Unti-unting bumigat ang kanyang paghinga hanggang sa tuluyan na itong huminto.

Nagsiputukan ang fireworks na hinanda ko sana para sa kanya.

I held her tight, while whispering the words I planned on telling her every year. "Happy anniversary...Sol."

*Ikaw lang palagi, pangako.*

Sobrang bigat sa dibdib at nahihirapan akong huminga dahil sa rumaragasang emosyon. Hindi ito ang buhay na ginusto ko para sa aming dalawa. Hindi ganitong selebrasyon ang hinangad ko kasama siya...

I'm celebrating our special day with her—lifeless beside me.

I hugged her tight while kissing her temple. I managed to cry silently. Napasigaw ako sa sakit na nararamdaman.

Binuhos ko lahat ng pait sa yakap na iyon…dahil alam kong iyon na ang huli.

Umalis na siya…at hindi na siya babalik.

I look at the night sky, only to see a million of stars again. Are you there? Wala na bang masakit sayo ngayong nandiyan ka na?

"I know you're one of them. Shine brightly there, Sol. Mahal na mahal kita."

\*\*\*

Maaliwalas ang mukha niya nang titigan ko ito.

I smiled. "I bought your favorite flowers."

Dahan-dahan kong kinuha ang mga tuyong dahon sa ibabaw ng lapida at tinitigan ang pangalang nakaukit doon.

Tumingin din ako sa katabi nito.

"How are you both?"

"Pustahan, tatakbo ka kapag sumagot sila," that annoying voice echoed from my back.

I sighed and rolled my eyes. "What now, Davis? I'm busy, huwag ngayon."

"Ay, ayaw ka daw niyang makausap, Larice."

Nanlaki ang mga mata ko. *She's here?*

I turned to face them and was shocked when someone

engulfed me in a tight hug.

"Ninong, I missed you! You don't want to see me po?"

Pinandilatan ko ng mata si Davis. Inosente naman siyang ngumiti.

It's been 5 years since that night. A year after that ay nagpakasal sina Davis at Yrin. Larice is their 3-year-old daughter na inaanak ko.

Yrin just smiled. "Madalas ka pa rin dito, ano? Everytime we visit ay mga fresh pading bulaklak. Still consistent, Alas."

My gaze flew back to her grave. "I'm afraid she's thinking of me again instead of easily resting there, kaya palagi akong dumadalaw, just to assure her that I'm coping up fine."

"Are you?"

That caught me off guard. *Am I?*

I still cried on our special days. Her birthday. Our anniversary. Our first meeting.

Lahat iyon ay nakatatak na sa akin.

Then I remembered how I stood again. Masakit, pero kinaya ko dahil iyon ang pangako ko sa kanya.

*Acceptance*. That was the most powerful step I took to go on with my life after Kasie departed. Kahit mahirap ay sinikap kong tanggapin.

"Yes."

They smiled proudly at me. Hindi sila nawala para

damayan ako. Kasie's parents were travelling nonstop just so they can temporarily heal. Bumabalik sila dito upang dalawin si Sol.

Kumakain din kami sa labas tuwing umuuwi sila. It was like they were treating me like their own.

Nabalik ako sa kasalukuyan nang may maliliit na kamay na humawak sa aking pisngi.

"Your eyes are red, Ninong."

I chuckled ang pinched her cheek. "I'm just happy, Larice."

Naguguluhan man ay hindi nalang siya nagsalita.

"Let's eat out? My treat."

They cheered and we all started walking to our cars, with smiles on our faces.

This concludes our story, and I wanted to tell you that in everything, there is *hope*. Nangyayari ang mga bagay dahil alam ng buhay na kakayanin natin.

Nandito parin ako, nagpapatuloy na mahalin siya at ang mga alaalang sabay naming binuo, at hindi ako mapapagod...for the memories she gave was my breath of fresh air to this maze.

*I will keep loving her, even after the sunrise and sets...even when hour turns gold, and runs out.*

\*\*\*

# WAKAS

Why is this scene...too familiar?

Too familiar that it stirred something in me—an emotion I can't name.

Iginala ko ang mata at napadpad iyon sa mga letrang nakaukit sa pinakababa bahagi ng painting. Ito marahil ang pangalan nito.

*Kanlungang Akap* - even after the sun sets in golden hour

My heart tugged because of a nostalgic feeling. Never in my existence have I gotten to feel this kind of thing. It's just too strong and I can't point out where it came from.

Iyong pakiramdam na...kilala ng puso pero hindi ng isip.

I didn't notice that a lone tear left my eyes. It is damn frustrating! *Why do I feel like this yet remembering not a single thing?!*

Am I just purely hallucinating? Dahil ba puyat lang ako at walang pang tulog? *Baka nga.*

Hindi ko napigilan ang sarili at hinayaang na lamang tumaas ng marahan ang kamay upang haplusin na sana ito nang may biglang tumikhim sa aking gilid.

Tila isang batang nahuling gumagawa ng masama, dali-dali akong nagpaliwanag. "I-I'm sorry. I was just—

Napatigil ako nang malingunan ang isang lalaki na siya atang kumuha ng aking atensyon.

*I can always see the depths of oceans while staring at his eyes. It was cold yet calming. Iyong tipo ng mata na kahit gaano pa kalalim ay nanaisin mong malunod ng pauli-ulit. Hindi mo gugustuhing mag-iwas ng tingin kahit saglit. It was breathtakingly beautiful just like its owner.*

The last paragraph written in my latest work came rushing to my memory like a raging river.

*Who is this man?*

"You were just?"

Nag-init ang aking pisngi sa hiya. "I was just mesmerized by this painting. It feels surreal and familiar, I don't know why."

"You feel that too?" he asked—his face was masked with pure shock.

I hesitantly nodded my head. "Yeah. Parang...matagal ko nang kilala ito."

"Are you, somehow, having this feeling of familiarity too?"

"Yes. Do you, by any chance, have experienced this to have that feeling? Or are you the one who painted this?"

He looks directly at my eyes and sighed. "No. My sister was the one who painted that. Nakita ka niyang interesado kaya pinatanong niya kung kukunin mo ba daw. I told her na ako ang bibili pero hindi siya pumayag."

"Sister? Kapatid ka ni Patricia Francio?"

That was Yani, of course. Malay ko ba kung sino si Patricia. Nang balingan ko siya ng tingin ay nakita ko kung paano kumislap ang kanyang mga mata at nakaawang ang bibig habang nakatingin sa frame na nasa harap.

Bumulong ako sa kanya makaraan ang ilang segundong hindi parin maalis sa painting kanyang mga mata.

"Umayos ka, Yani."

Damn this kid. I can literally see stars shining in her eyes by the way she stared at the painting!

Mukha naman siyang nahimasmasan. "Oh! Sorry, I was just mesmerized. This piece is the best among all the paintings na ini-exhibit ni Pat!!" she exclaimed in an exaggerated manner. Mesmerized pa nga, eh mas nagmukha pa siyang na-engkanto.

"You know what this means?" Agaran siyang tumango ng ilang ulit at nagsimulang magkwento.

"This is the award-winning *Kanlungang Akap* by Patricia Francio. She painted this in memory of Dra. Mejez." Sandali siyang tumigil at tumingin sa lalaki. "You know her, right? She was your sister's neurologist. Si Dra. Mejez ang nag-check sa ate mo when she injured her head in a car accident."

Tumango naman ito. "Yeah. It was years ago. I heard Dra. Menjez passed away dahil na rin sa katandaan. My sister often talks about her and the stories she shared."

Ngumiti si Yani at muling bumaling sa painting. "One of those was the backstory of this. Some said it's not true while many believe it did happen decades ago."

"What was the story about, Yani?"

"It was about Kas—

She stopped when someone called her from afar. It was a woman in corporate attire, aging maybe mid-40s? I'm not sure. Yani apologetically eyed me and pouted a little.

"Sorry Ate, I'll get back to you later. Pupuntahan ko muna saglit. It was the international firm who wanted to discuss something about me being the head architect for a project abroad." She kissed my cheek and hurried towards the direction of the girl. "But—

Wala akong nagawa kundi sundan siya ng tingin. When she disappeared from my line of vision, I faced the man.

"Have we met before?" he then inquired with an unreadable expression. I chuckled lightly.

"I was going ask the same, but no. Ngayon lang kita nakita."

His forehead was still knotted because of confusion but proceeded to extend his arm, "Peter."

Tumaas ang kilay ko, nagpapahiwatig na dugtungan niya iyon. Alright fine, I want to know his full name!

"Peter Dmitri Francio."

I smiled and accepted his hand.

"Star. Stellar Trinity Guazon."

Well, I feel something is about to start here. Or even way before?

# About the Author

## KrescentInk

Leixl Ferrater, an engineer in the making, never thought that a single poem she wrote when she was nine was the stepping stone of her writing career. Since then, she has participated in writing competitions and even wrote her first short story at the age of 14. Being the loud introvert that she is, words and inks had been her safest escape from the cruel reality. Upon reaching tenth grade in junior high school, she became their school paper's editor-in-chief. This lasted until she graduated from senior high school at the same school.

It took her ten long years to finally be a registered author in the National Book Development Board – Philippines and debuted as a published author. She is fond of writing stories in tragic endings with unpredictable plot twists. She was never good with words when said, that's why she preferred them written.

www.ingramcontent.com/pod-product-compliance
Lightning Source LLC
LaVergne TN
LVHW091635070526
838199LV00044B/1076